अशी मने असे नमुने

D9900266

शिवाजी सावंत

मेहता पब्लिशिंग हाऊस

ASHI MANE ASE NAMUNE
by SHIVAJI SAWANT

अशी मने असे नमुने / व्यक्तिचित्रे
शिवाजी सावंत
Email :
author@mehtapublishinghouse.com
© मृणालिनी सावंत

प्रकाशक
सुनील अनिल मेहता,
मेहता पब्लिशिंग हाऊस,
१९४१, सदाशिव पेठ, पुणे ३०.

मुखपृष्ठ, मांडणी व आतील चित्रे
फाल्गुन ग्राफिक्स

प्रकाशनकाल
पहिली आवृत्ती : १९७५ / १९८८ /
१९९५ / १९९७ / २००६ /
मेहता पब्लिशिंग हाऊसची सहावी आवृत्ती :
मे, २०१७

P Book ISBN 9789386454751
E Book ISBN 9789386454768
E Books available on :
play.google.com/store/books
www.amazon.in/b?node=15513892031

कधी तावून तावून वैशाखी चटके देणाऱ्या; तर -
कधी वळिवाची भरमार सर अंगावर घेताना
जिवाचा कोंदवाच कोंदवा करून टाकणारा
धुंद गंध उठविणाऱ्या -
जेव्हा ही मने व नमुनेदार माणसे
मला भेटली तेव्हा मूकपणे पायतळी राहून
साक्षी असणाऱ्या
व जीवनाच्या वाटचालीत अनेक संकटे पेलण्यासाठी
लागणारा आवश्यक कस माझ्यात ठासून भरणाऱ्या,
माझा जन्मगाव
'आजरा' येथील लाल मातीस
व तेथील गावकऱ्यांस!
   - **शिवाजी सावंत**

ही नमुनेदार मने आणि मी –

माझ्या साहित्यिक वाटचालीत आजऱ्याला फार मोलाचं आणि अविस्मरणीय असं स्थान आहे. ही आहेत त्या गावाकडची - म्हणजे आजऱ्याकडची - घाटोळी माणसं. माझं त्यांचं प्रत्यक्ष रक्तानं जमलेलं असं कोणतंच नातं नाही. पण 'रक्तापेक्षा माती अधिक दाट' असावी! माणसाच्या 'अबोध व कोऱ्या' मनाची पाटी जिथं घडते, बनत असते तो परिसर फारफार महत्त्वाचा असतो असं मला वाटतं. पुढं लौकिकाचे इमले रचून, ग्रंथांच्या चळती चाळून आपण शोधू बघतो तो काही आयुष्याचा 'सच्चा' अर्थ नव्हे. जेव्हा आपण 'कोणीच' नसतो तेव्हाच आपण 'खरे' असतो. या गावाकडच्या नमुनेदार मनांच्या संगतीत मला मिळालेलं जीवनाचं हे खरेपण आजही जसंच्या तसं ताजं नि टवटवीत आहे. पुढंही ते तसंच राहणार आहे. ज्योतिषशास्त्र म्हणतं, 'कर्कराशीचा माणूस आठवणी जपणारा असतो.' माझी रास कर्क आहे. माझ्या मनाच्या तळवटी कुपीत या नमुनेदार मनाचा अत्तरी स्वभाव मी अपूर्वाईनं जपला आहे.

त्यांच्यासाठी नव्हे- माझ्यासाठी.

बारकाव्यानं पाहिलं तर दिसून येईल की यातील प्रत्येक मन जीवनाच्या एका सकस जाणिवेनं नमुनेदार तर आहेच, पण मधाच्या पोळ्यातील कंद मधुर रसानं टिच्चून भरलेला असावा तशी ही मने माणुसकीच्या सहज स्त्रोतानं शिगोशीग भरलेली दिसतील.

इथं या पुस्तकाच्या रूपानं मी त्यांच्यावर लिहिलं आहे ते काहीच नव्हे एवढं त्यांच्यावर लिहिता येईल. यातील जवळजवळ प्रत्येक व्यक्तिरेखा ही स्वतंत्र कादंबरीचा विषय आहे. अनावृत्त आकाशाखाली रंगीबेरंगी वस्त्रांनी शरीरं आणि दुपेडी विचारांनी मनं झाकलेली कैक माणसं प्रत्यही भेटत असताना आपण बघत आहोत. आज जगाचा चेहरामोहराच पुरता शेवाळी झाला आहे! म्हणूनच अनावृत्त आकाशाखाली अनावृत्त मनांनी भेटणारी सरळधोप माणसं आपली वाटतात. हवीहवीशी वाटतात. मी बेतलेली ही मने व चितारलेले हे नमुने हवेहवेसे वाटणारे नक्कीच आहेत. त्यांच्यातील काही खास लकबी, दोष हे मी लिहायला बसलो तेव्हा आता कुठं मला जाणवले. एरवी या नमुनेदार मनात

मी वावरलो तेव्हा काही ते मला कधीच जाणवले नाहीत. आणि यातच माझ्या लेखी त्यांचं आगळेपण आहे आणि सच्चं माणूसपणही आहे.

यातील 'खडकावरची म्हातारी' हे व्यक्तिरेखांकन आ. अत्रे दै. मराठा चे संपादक असताना रविवारच्या अंकात त्यांनी प्रकाशित केलं होतं. त्याचं हस्तलिखित वाचताना त्यांचे डोळे पाणावल्याचं मला नंतर कळलं. आजही जेव्हाजेव्हा मी ते वाचतो तेव्हा सतत एक सृजनाचा मजेदार विचार माझ्या मनात येतो. 'खडकावरची म्हातारी' ही कर्ती व प्रधान व्यक्तिरेखा कल्पून या पुस्तकातील इतर व्यक्तिरेखा तिच्या नातेवाईक मानल्या तर नक्कीच एक मराठी चित्रपट सिद्ध करता येईल.

ही लाल मातीत वाढलेली नमुनेदार अशी घाटोळी मनं आहेत. कोणत्याच अमुक एका जीवनवादावर ती दावा सांगू इच्छित नाहीत. बस्स. ती अशी जगली एवढंच त्यांचं म्हणणं. मी काहीही लिहिलं तरी माझ्यावरच्या प्रेमापोटी ते आवर्जून वाचावं असा त्यांचा निकोप गावठी प्रेमा आहे.

पाहणाऱ्यालाच समजेल की कोणत्याही जीवनवादावर जरी ही नमुनेदार मनं हक्क व दावा सांगू इच्छित नसली तरी सर्वांत मोठ्या जीवनवादाची खोलवर रुजलेली मुळं त्यांच्या प्रत्येक बारीकसारीक कृतीत आहेत. मानवतेची!

'आजरा' या माझ्या गावावर मी कधीतरी लिहिलेल्या एका कवितेत म्हटलं होतं

की –

'सह्याद्रीच्या कुशीत वसले - गाव चिमुकले माझे
'अजर' तयाच्या सौंदर्याने नाव 'आजरा' साजे!
भोळी, भाबडी किती बालके - या लाल लाल मातीची
श्रमती, झिजती परि न कुढती - मने लाल मातीची!'

सर्वांत शेवटी मोजक्या शब्दांत, काव्यमय बांधणी केलेली 'लाभाची व्यक्तिरेखा' मी जाणीवपूर्वक लिहिली आहे. ही 'लाभाची' का? तर वाचकानं रसिकता जोपासत हे पुस्तक खरीदण्यासाठी जे दाम मोजलं असेल त्याचं पुरतं माप या व्यक्तिरेखांपूर्वीच त्याला पावतं झालं आहे. नमुनेदार मनाचं हे पुस्तक या व्यक्तिरेखेपूर्वीच खरं तर संपलं आहे. फक्त गावरान प्रेमाचा व्यवहार पार पाडताना देणाऱ्या घेणाऱ्याला हसतमुखानं द्यावं - घ्यावं लागतं ते लाभाचं! म्हणून ही शेवटची काव्यमय व्यक्तिरेखा आहे.

१९७५ साली, माझ्यावर घरगुती प्रेम करणाऱ्या स्व. अण्णांच्या (ग. दि. माडगूळकर) 'रामायणी' हातानं या व्यक्तिरेखांचं पुस्तक 'लाल माती रंगीत मने' या नावानं प्रकाशित झालं होतं. अण्णांच्या हस्ते प्रकाशित झालेलं ते शेवटचंच मराठी पुस्तक होय.

शिवाजी सावंत

व्यक्तिक्रम

१. कांत्या । १

२. गणपा । ११

३. संतू । २३

४. तुकारामबापू । ३१

५. तातू । ४३

६. टी.डी. । ५१

७. खुदबु । ५९

८. तोतरा दत्तू । ६५

९. नारायण पावणा । ७९

१०. मामू । ९१

११. शंकऱ्या । ९९

१२. काका गवंडळकर । १११

१३. खडकावरची म्हातारी । १२३

१४. पाचवा सावंत । १३३

१.

कांत्या

लहानपणी मावळतीची घसरती किरणं पाठीवर घेऊन, स्वत:ला विसरून आम्ही आट्यापाट्या खेळायचो. त्या खेळातील विरुद्ध पक्षाच्या सुराच्या हातावर टाळी देऊन मी खेळसवंगड्यांबरोबर पहिल्या पाटीत उतरत असे. विरुद्ध पक्षाचे सगळे पाटीरक्षक घारीच्या पंखासारखे हात उभारून मोठ्या सावधपणे पाटी थोपविण्यासाठी सिद्ध असायचे. पहिल्या पाटीवरचा पाटीरक्षक म्हणून एक उंच आणि शिडशिडीत अंगलटीचा पोऱ्या असायचा. पाटी पार करण्यासाठी अंगाची चपळ हालचाल करून माझं त्याला हूल देणं सुरू व्हायचं आणि हां हां म्हणता 'त्या' पोऱ्याला हूल देऊन मी दुसऱ्या पाटीत शिरायचो. 'तो' पोऱ्या फक्त माझ्यावरच मोहरा धरून टपलेला असल्यामुळं मी त्याला बगल देऊन निसटून जाताच माझ्या इतर सोबत्यांना तो आपोआप पहिल्या पाटीतून सोडून द्यायचा. हताश होऊन!

त्या वेळी त्या अबोध वयात मला आट्यापाट्यांचा बगलबाज खेळ विलक्षण आवडायचा. आजही मी तो खेळ खेळतो आहे. पण केवढ्या वेगळ्या अर्थानं! कारण जीवन म्हणजे आट्यापाट्यांचाच खेळ! बालपण, पौगंडावस्था, तारुण्य, प्रौढत्व किती पाट्या पार कराव्या लागतात या खेळात! वेगवेगळ्या पाटीवर वेगवेगळी माणसं भेटतात. हात पसरून ती थोपवितात. काहीतरी मागायचं असतं त्यांना. आपण त्यांना हूल देत असतो. वृद्धत्वाची लोणाची पाटी पाऽर दूर असते. त्या पाटीतून यशाचं मीठ अचूक आणणं कोणाला आणि कितपत साधतं, कोण जाणे! बव्हंशी अपयशाचा दक्ष सूरच शेकड्यातून नव्याण्णव खेळगड्यांच्या पाठीवर अचानकपणे धावत येऊन थाप घालून म्हणत असतो, 'गड्या, संपला तुझा खेळ! मिठाची पाटी फाऽर दूर राहिली!' जीवनाचा हा हूल

देणारा खेळ मी खेळतो आहे. सगळेच तो तसा खेळत असतात. पण बालपणीच्या, मावळत्या सूर्यकिरणांच्या लांबोड्या छायेतील तो आट्यापाट्याचा पाट आजही कधीमधी आठवला की, मी सुन्न होतो. मनाचं एक हलकं फुलकं पीस होतं आणि ते सगळ्या शैशवाच्या माळावरून फेरफटका मारून येतं. आज तो पाट उधळला आहे. सारे खेळसवंगडी जीवनाच्या फसव्या आट्यापाट्या खेळायला दूर निघून गेले आहेत. अगदी नकळत! बालपणीच्या आट्यापाट्यांचा, राखेनं आखलेला रेखीव पाट सोडून सारे जण कर्तृत्व, जिद्द, महत्त्वाकांक्षा अशा नागमोडी रेषा समोर ठेवून विखुरले आहेत, पण बालपणीच्या 'त्या' पटाच्या राखेनं आखलेल्या रेषा कधीमधी माझ्या मिटलेल्या चिंतनशील डोळ्यांसमोर अगदी स्पष्ट उभ्या राहतात. त्या सगळ्या रेषांमधून एक चेहरा आकारू लागतो. स्पष्ट होतो. बोलका होतो. तो पाहताना माझं मीपण तापलेल्या लोखंडी धावेवरच्या पाण्यासारखं उडून जातं. माझी पहिलीच- बालपणीची पाटी कांत्यानं थोपविलेली असते!

कांत्या! आईबापांनी नि साऱ्या गावकऱ्यांनी अर्धवट - छे खुळा - मानलेला कांत्या. उंच, शिडशिडीत, पेन्सिलीसारखी लांबट बोटं असलेला. नाक आणि कमरेवरची घसरणारी पँट एकदमच वर ओढणारा! केसाची वारेमाप वाढलेली झावळं आपलीच आहेत हे मान्य करायला कधीही तयार नसलेला! त्याचे केस केव्हा वाढले हे त्याला जसं कधी कळलं नाही, तसा तो माझ्या बालपणाच्या पाटीत कसा घुसला हे मलाही कधी समजलं नाही! दुसऱ्याला 'समजावं' असं कांत्यानं कधीच काही केलं नाही. किंबहुना जीवनात समजण्यासारखं काही करायचं असतं हेच त्याला मान्य नव्हतं.

कांत्या हे 'बामनाचं पोर.' त्याचं खरं नाव 'श्रीकांत' होतं - पण आपल्या नावातून प्रत्यक्ष कांत्यानं 'श्री' ला कायमचा रामराम ठोकला होता. पाटी-पुस्तकं घेऊन शाळेला जाताना कांत्याला कधी पाहिल्याचं मला आठवत नाही. माझ्या-त्याच्या खेळसंबंधात मात्र या 'शैक्षणिक पात्रतेची' बाधा कधीच आली नाही, उलट जे जे शाळेच्या त्या काळच्या कोंदट, खडूमिश्रित वातावरणात मला कधीच शिकायला मिळालं नाही, ते ते कांत्यानं आपल्या स्लेटपाटीसारख्या स्वच्छ आणि निरागस चेहऱ्यानं नकळत शिकविलं.

कांत्याचा बाप दादा बामण. दमा आणि दारिद्र्य हे त्याचे त्याने आपले मानलेले दोस्त. दारिद्र्याच्या कुडाला तो कुड्याच्या बिड्याच्या धुरानं झाकू पाहायचा आणि दम्याची उबळ आली की कांत्याला दम देऊन दाटायचा 'हाडा मोडतलंय हां तुजी!' पण बापाच्या दम्याची कांत्याला कधी कीव वाटायची नाही की त्याच्या दारिद्र्याचं दखणं कांत्याच्या कधी उरात दाटायचं नाही. दादा बामणाच्या

बिडीच्या धुरासारखाच कांत्या कुडाबाहेर दौडला की त्याच्या हाती कधी गवसायचा नाही. आणि धुरानं ढगाला सामील व्हावं तसा येऊन मिळायचा तो मला!

मग आमचं 'फलचौर्यकर्म' सुरू व्हायचं! आंब्याच्या सुगीचे ते दिवस असायचे. मला तर माझ्या आणि कांत्याच्या जवळ येण्याचं खरं कारण म्हटलं तर 'फळांचा रस' हेच असावं असं आज वाटतं. कांत्या नि मी कचेरीच्या बागेत मावळी सावधपणानं घुसायचो. मी त्या वेळी शेलाट्या अंगलटीचा होतो. सरड्यासारखा क्षणात झाडाचा शेंडा मी जवळ करायचो. सगळं झाड गर्भार बाईच्या अंगकांतीसारख्या रंगाच्या रसपूर्ण फळांनी लडबडलेलं असायचं. मी फांदी गदगदा हलविताच ते पिवळे जीव आईला सोडून टपाटप खाली कोसळायचे. बागेच्या राखणदाराच्या वाटेवर कावरी नजर ठेवून कांत्या प्राजक्ताची फुलं वेचणाऱ्या पहाटकन्येच्या चपळाईनं ते आपल्या शर्टाच्या ओच्यात गोळा करायचा. इतक्यात, झाडावर चिवटपणानं तग धरून राहिलेली फळंही भेदरून खाली कोसळावीत, अशी राखणदाराची साद घुमायची, '.... कोन, उलातलंय रेऽऽ फळांवर!' पडत्या विमानाच्या गतीनं मी झाडावरून सर्रकन खाली यायचो. एव्हाना कांत्यानं सुर (स) तेची लूट कुंपणाबाहेर पसार केलेली असायची! भेदरून जीव घेऊन पळताना त्याच्या ओच्यातील पिवळी धमक फळं जागजागी पडलेली असायची. कुंपणातील निरुंद खिंडीतून जीवघेणी घुसखोरी करताना त्याच्या मूळच्याच फाटलेल्या शर्टाच्या पाठीवरचा एक फळका कुंपणात लटकून वाऱ्याबरोबर थरथरत असायचा.

त्याच्या मागोमाग उरफोडी झेप घेऊन कुंपण पार करताना त्यानं टाकलेली मिळतील ती फळं गोळा करून त्याच्या शर्टाचा फळकाही मी कुंपणाच्या कचाट्यातून सोडवून काढून घ्यायचो. तो फळका चड्डीच्या खिशात ठेवून बागेबाहेर दूरवर कुठल्यातरी भिंतीच्या आडोसऱ्याला वाट पाहत उभ्या असलेल्या भेदरलेल्या रसानं तोंडं माखली जायची. आणि आंबे खाता खाताच मांजर ठिसकल्यासारखा कांत्या हसायचा! राखणदाराची शिवी आठवून तो हसायचा. त्याला आंब्याचा रस गोड लागायचा. मला त्याचा खुळेपणाला बिलगून बसलेला विनोदप्रिय स्वभाव गोड वाटायचा. हातावरची माती आणि आंब्याचा रस यांचा एक मजेदार ओघळ त्याच्या ओठांच्या दोन्ही कडांतून पाझरून मळक्या शर्टाचा कळकट वास दूर करण्याचा प्रयत्न करायचा. आपल्या त्याच रस बरबटल्या हातांनी कांत्या आपल्या ओच्यातील आंबे मला द्यायचा. माझा सुदामा - खुळा सुदामा त्या पडक्या भिंतीच्या आडोसऱ्याला साक्षी ठेवून ती रसभेट आपल्या ओच्यातून काढून मला द्यायचा. आंबे खाऊन होताच खिशातून

तो कुंपणात अडकलेला त्याच्या शर्टाचा फळ्का काढून त्याला हात तोंड पुसून तो त्याच्या तोंडावर पुन्हा फेकताना मी त्याला म्हणायचो, ‘कांत्या बामन, लाव ह्येला साबण. दादाबामन, लाव ह्येला साबण.’ त्या डिवचण्यानं कांत्या तोंडभर चिडायचा. पायाखाली कुठं दगडाची चिप माझ्या अंगावर फेकण्यासाठी सापडते का ते शोधायचा. त्याला ती संधी न देताच मी भिंतीपार पसार व्हायचा.

एकदा शंभरएक रसाळ केळ्यांनी टिचलेला, माझ्या आईनं पिकत घातलेला केळ्यांचा घड मी आणि कांत्यानं, कोळी मरळ मासा नदीबाहेर काढतात तसा अल्लाद आढीतून बाहेर काढला. एका बोळात ते धन आम्ही आडोळशाच्या डहाळ्यांनी झाकून ठेवलं. आमचं दहा दहा केळी खाऊन पाठशिवणीच्या खेळानं खेळणं दिवसभर चालू होतं. घडाच्या मधला फक्त दांडोरा, सूर्यास्तापर्यंत आम्ही तो खाण्यासारखा नव्हता म्हणूनच शिल्लक ठेवला होता! ती शंभरएक केळी आम्ही दोघांनी (अधिक ते मीच) फस्त केली होती! ही ‘घडचोरी’ धडपणे आम्हाला पचली नाही. खाल्लेल्या केळ्यांच्या साली तशाच बोळात विखुरल्या होत्या. त्या पाहून आईनं आढीची तत्काळ ‘तपासणी’ केली. माझा रिमांड सुरू झाला. माझं एकच टुमणं होतं, ‘तुला माहीत नाही काय, मला केळी आवडत नाहीत ते? कुणीतरी खाल्ली असतील, नासली असतील, उंदरांनी पळविली असतील.’ पण माझ्या या शुद्ध कांगाव्याचा काहीच उपयोग झाला नाही.

कांत्याला आईनं बोलावून घेतलं. त्याला एक पंजाभर मोठा हापूस आंबा खायला दिला आणि रसाळ गोड सवाल केला, ‘कांत्या, तूच सगळी केळी खाल्लीस. माझ्या पोराला नाही दिलंस एकसुद्धा?’

आणि कांत्यानं आरोप झटकण्यासाठी सत्यस्फोट केला. झालं! पोटातील केळ्यांचं पाणी व्हावं असा कांत्याकडं पाहत मी जो पळालो तसा बेफाम पळण्याच्या शर्यतीतही पुढं कधी पळालो नाही.

कांत्या कांदा फार खायचा. त्याची मावशीच त्याला आग्रहानं कांदा खाऊ घालायची. त्याच्या फिट्सवर तिनं शोधलेला तो गावरान उपाय होता. पुढे पुढे कांत्याची कांदा खायची ही सवय एवढी बळावली की इतर मुलं खिशातून पेरू काढून खातात तसे कांत्या कच्चे कांदे खिशातून काढून अर्धवट टरफले काढलेल्या अवस्थेत कराकरा कुरतडायचा. त्याची जीभ कांद्याच्या तिखटपणानं हुळहुळत कशी नाही याचं मला आश्चर्य वाटायचं.

कांदा खाल्ल्यामुळं असेल की हुंदडायच्या अंगभूत गुणांमुळं असेल, चोर शिपायांच्या खेळात ‘चोर’ झालेला कांत्या शिपाईमंडळींना काही लवकर सापडायचा नाही. एरव्हीची चोरगिरी तो खेळात तर खास वठवायचा. एकदा असाच आकाशाच्या निळ्या फळीवरचा चंद्राच्या पिठाचा डबा पृथ्वीवर पडून

फुटला होता. चांदण्याचं ते पांढरंधोट पीठ गाववेशीतील नद्यानाल्यांनी, घराछप्परांनी, वाटाघाटांनी चोरांच्या अधाशीपणानं बोचक्याबोचक्यांनी डोक्यावरून लुटून नेलं होतं. सगळे चोर उजळ माथ्यानं, पांढऱ्या चेहेऱ्यांनी उभे होते आणि आमचा चोरशिपायांचा खेळ रंगला होता. शिपायांचे डोळे झाकले होते. (झाकण्यासाठीच असतात ते!) चोर दौडले होते मिळेल त्या दिशेनं. अर्थात कांत्या आणि मी चोर मंडळींत होतो. एक तास झाला. सगळे चोर पकडण्यात शिपाई यशस्वी झाले होते. कांत्या मात्र सापडत नव्हता. शिपाईगिरी पत्करलेले खेळगडी चोर झाले, पकडले गेले, पुन्हा शिपाई झाले - पण - कांत्या सापडत नव्हता. कुणीतरी म्हणाले, 'घराकडं गेला असेल.' खेळ संपला. पण कांत्या घरी गेला असेल हे मला पटत नव्हतं. खरं वाटत नव्हतं. तसं करण्यापूर्वी त्यानं मला तसा 'कानमंत्र' नक्कीच दिला असता.

कांत्या ज्या दिशेनं चोरपावलं टाकत पळाला होता, त्या दिशेनं मी एकटाच निघालो. मधून मधून तोंडाभोवती तळहाताचा कर्णा लपेटून मी घुमणारी साद घालीत होतो 'कांऽऽत्या! कांऽऽत्या!' चांदण्याचं पीठ थरारून झाडाझुडपांवरून ओघळत होतं. शांततेच्या पाण्यात विरत होतं. कोठूनही सादेला होकार येत नव्हता. मी कंटाळलो होतो. साफ गांगरलो होतो. काय झालं कांत्याचं? बेंबीचा देठ ताणून मी घशाचं पाळं केवढ्यातरी मोठ्यानं फोडलं 'कांऽऽत्या!'

एका गर्द वडाच्या बुंध्याकडून भुयारातून यावा तसा प्रतिसाद आला, 'ओऽऽ शिऽ वाऽऽ मी इथंऽऽ' मी धावत त्या झाडाच्या बुंध्याजवळ गेलो, तिथं सुतारांचा लाकूडकापणीचा दहा-पंधरा हात खोल खड्डा होता. कांत्या खड्ड्यातून ओ देत होता. मला त्याच्या सावध चोरबुद्धीचं मोठं नवल वाटलं! चोर असावा तर असा! मी त्याला म्हणालो, "चल वर ये, खेळ संपला." आतून आवाज आला.

"मला वर येता येत नाही."

मी एका कुंपणाची दहा-बारा हात काठी काढून ती खड्ड्यात सोडली. तानाजीच्या गडचढणीच्या कौशल्यानं कांत्या वर आला.

"मरायला खड्ड्यात कशाला लपलास?" मी चिडखोरपणानं कांत्याला म्हणालो. मनोमन मात्र त्याचं मला कौतुक वाटत होतं.

कांत्या मांजर ठिसकल्यासारखा हसला. तोंडावर हात ठेवून हसू दाबत तो म्हणाला, "अरे मी लपलो नाही : वडाच्या सावलीत बुंध्याला लगटून दडून बसता येईल म्हणून पळताना मी खड्ड्यात पडलो. खीऽऽ खीऽऽ!"

कांत्याच्या उद्गाराबरोबर माझा हात कपाळावर आपटला. कांत्या दहा-पंधरा हात खोल खड्ड्यात पडला होता. तासभर त्याला चोर झाल्याबद्दल खड्ड्याच्या

कोठडीत कोंडून बसावं लागलं होतं. सुतारांनी कापलेल्या लाकडाच्या भुशामुळं त्याचं थोबाड तडा न जाता हसण्यासाठी आता शिल्लक होतं. तसं खरोखरच झालं असतं तर खऱ्याखुऱ्या शिपायांच्या दंडुक्याला आम्हा साऱ्या चोर शिपायांना जाबजबाबाचं तोंड द्यावं लागलं असतं. जितक्या सहजपणानं तो कांदा दातलायचा तेवढ्याच सहजपणानं त्यानं झटकता आला तेवढा लाकडाचा भुस्सा मळक्या चड्डीवरून झटकला. मी मात्र स्वत:च खड्ड्यात पडल्यासारखा अपराधी चेहरा करून त्याला त्या दिवशी त्याच्या घरापर्यंत सुखरूप पोचवून आलो. माझ्या तोंडून निसटलेली ही कांत्याच्या खड्डाकोठडीची कथा त्याच्या आत्येला समजली. ती बिचारी माझ्या आईशी गप्पा मारताना काळजीच्या सुरात बोलत होती, ''शिवाजीच्या आई, आमचा पोर ठार खुळा : कसं व्हायचं याचं?'' आत्याचं ते शिक्कामोर्तब मी एवढ्या तिऱ्हाईतपणे ऐकत होतो की जणू कांत्याची आणि माझी ओळखही नव्हती. चोरशिपाई हा खेळ आपणाला माहीतच नव्हता.

कांत्याची ही पांढरीशुभ्र दिसणारी विधवा आत्या कांत्यावर विलक्षण जीव जडवून होती. आपला कांत्या शिकेल, आपल्या भावाला मावळत्या काळात आधार देईल असा तिला आशेचा झरोका दिसायचा. दादा बामनाला मात्र या आपल्या पोराची तशी खात्री कधीच वाटायची नाही. तो आपला सदान्कदा एका लाकडी पेटीवर पंचांग पसरून कुणाला तुळशीच्या लग्नाचा मुहूर्त सांग, कुणाला अमावास्या, पौर्णिमा कोण वारी आहे ते पटव, कोणाची प्रॉमिसरी नोट लिहून दे, कुणाची कबुलायत खरडून दे या कामात दंग असायचा. टाकातील शाई आणि तोंडातील बडका समोरच्या गटारीत झटकून कांत्यावर कावताना तो घराच्या ओसरीवर बसूनच अष्टग्रहांशी बातचीत करायचा. मिळतील त्या चार दोन चवल्या-पावल्या समोरच्या लाकडी पेटीत टाकायचा आणि लाकडासारखे झालेले लांबट पाय आखडून गुडघ्यांत मान घालून येणाजाणाऱ्या माणसांपैकी आपल्याबरोबर पंचांगाचं सूत धरून आकाशातल्या ग्रहांचा सल्ला विचारायला कोण येतंय याची वाट बघायचा.

त्याच्या लाकडी पेटीत लांबट आकाराच्या बिडीचं बंडल असायचं. कांत्या त्या बंडलातील चार-दोन बिड्या लाटायचा. दूर कुठंतरी आडोशाला जाऊन त्यांच्या धुरात आपलं खुळेपण शोधू पाहायचा. बिड्या कमी झाल्याची शंका येऊन त्याला कुणीतरी ठणकवायचा प्रयत्न केलाच तर, 'घे, तोंडाचा वास घे.' म्हणत कांत्या चक्क टाळा पसरायचा. त्यानं वारेमाप खाल्लेले कांदे त्याच्या या वेळी उपयोगी पडायचे!

त्याचा बाप वैतागून म्हणायचा, 'मरां दे तेकां!' कांत्याच्या घरात फक्त त्याचा

बाप कोकणी बोलायचा. कांत्या अस्सल घाटी भाषा, कांद्याच्या पातीबरोबर खाऊन आल्यासारखा बोलायचा. चांदण्या रात्री मला आपल्या खांद्यावर बसवून दणादण गावभर पळायचा. पळताना सरकलेलं आणि ज्याचा अर्थ समजून घ्यावा असं कांत्याला नि द्यावा असं कोणालाच कधी वाटलं नाही, ते जानवं एका हातानं सरळ करायचा. शिमग्यात पेटत्या होळीसमोर ठोऽऽ ठो ठोकलताना कांत्या कुणालाच कधी हार जायचा नाही. इतरांचा शिमगा तोंडभर सुरू झाला की तेवढ्यात त्यांच्या बेसावधपणाचा फायदा लाटून समोरच्या पेटत्या होळीतून अर्धवट होरपळलेला नारळ आगीत सरळ हात घालून काढायला कधी चुकायचा नाही. अर्धवट करपलेल्या खोबऱ्याचे खरपूस तुकडे मला द्यायला कधी विसरायचा नाही.

कांत्याला घरच्यांचं ऊरभरलं प्रेम कधी लाभलं नाही. मात्र सर्वांच्या मनात कुठंतरी खोलवर त्याच्याबद्दलचा अनुकंपागर्भ प्रेमाचा झरा व्यवहारीपणाच्या काळ्या कातळाखाली घुसमटून दबून असायचा.

कांत्याला सहा भावंडं होती. सख्खी दोन आणि सावत्र चार. यांपैकी त्याचा नंबर किती होता हे कधीच कुणाला कळलं नाही. कांत्याला तर ते कळण्याची आवश्यकता कधीच वाटली नाही. कांत्याची आई अगदी साधी बाई होती. आपल्या खुळ्या पोरावर तिचा फार जीव होता. मुलांच्या खस्ता खाता खाता ती नवऱ्याच्या डोक्यात घर मांडून बसलेल्या कुठल्या ग्रहावर केव्हा कांत्याला एकटा टाकून निघून गेली हे गाववाल्यांना कळलंही नाही.

कांत्या 'बामण' नव्हता. तशी कांत्याला कुठलीच जात नव्हती. तो सुताराच्या, मराठ्याच्या, महारांच्या आणि मुसलमानांच्या हातचं आणि घरचं खात होता. घरच्यांचं डोकं खात होता. छे! कांत्या खऱ्या अर्थानं 'ब्राह्मण'च होता.

कांत्याची आई गेली आणि आत्याचा त्याच्यावरचा पहारा वाढला. एकदा त्याची आत्या त्याला मांजरीच्या पिल्लासारखं घेऊन आपल्या सासरच्या इनामगावाला गेली. सहा महिने झाले. मीही मुलकी पास होऊन इंग्रजीची पायरी ओलांडली. सहा महिन्यांनी कांत्या परत आला. पण - पण माझं मन 'इंग्रजीत' रमलं होतं. कांत्याला जवळ घेताना आता मन कचरत होतं. मुलं चिडवतील या धास्तीनं मी कांत्याला टाळत होतो. शाळेची वर्षं रानपाखरांसारखी भराभर उडून जात होती. दर वर्षाला कांत्या माझ्यापासून नकळत दूर जात होता. मॅट्रिक होऊन मी गाव सोडलं. गावाबरोबर कांत्या मागं राहिला. माझं जीवन बालपणाची पाटी ओलांडून समोर धावत होतं. नव्या नव्या कल्पनांची क्षितिजं जवळ करीत होतं. नवे मित्र भेटत होते. त्या प्रत्येकाच्या आगमनाबरोबर तंबूत शिरलेल्या उंटाबरोबर आतील अरब बाहेर फेकला जावा तसा कांत्या माझ्या मनाच्या तंबूतून बाहेर

फेकला गेला. केव्हा? कसा? का? ते मलाच कळलं नाही.

एके दिवशी मला गावाकडचा एक मित्र भेटला. मी त्याला गावची खबरबात विचारली. सगळं सांगून झाल्यानंतर शेवटी तो म्हणाला, "परवा दादा बामण मेला. सुटला बिचारा. पण जगात कुणी केलं नसेल असं मृत्युपत्र करून गेला."

"कसलं?" कांत्याच्या आठवणीनं गढूळलेल्या संथ आवाजात मी विचारलं.

"त्यानं आपल्या लाकडी पेटीत ठेवलेल्या इस्टेटीचं एका पंचांगाच्या कोपऱ्यावर मृत्युपत्र लिहून ठेवलं होतं. आपल्या पेटीत असलेल्या पैशांपैकी निम्म्या पैशांनी आपलं दहन करावं आणि राहिलेला निम्मा हिस्सा फक्त माझा मुलगा 'श्रीकांत' यास द्यावा."

"काय काय होतं पेटीत?" मी आवंढा घोटीत विचारलं.

"पन्नास रुपये आणि दोन बिडीबंडल!" त्यानं उत्तर दिलं.

मी सुन्न झालो. दारिद्र्याला माया वाकुल्या दाखवीत होती. तो सारा दिवस माझ्या डोळ्यांसमोर उगाच आट्यापाट्यांचा पट उभा होता. त्यातील माझी बाळपणीची पाटी कांत्यानं हात पसरून थोपविलेली मला दिसत होती. कुणाला प्रेम, कुणाला धन, कुणाला कलानंद काही ना काही मी पुढच्या पाट्यांत सर्वांसर्वांना दिलं होतं. पण त्या पहिल्या पाटीवरच्या हात पसरलेल्या शिडशिडीत उंच 'पोऱ्याला' मी काय दिलं होतं? त्यानं कधी काही मागितलं तरी होतं काय? मी त्याला हूल दिली होती की त्यानं मला? की दोघांनाही कुणी तिसऱ्यानंच हूल दिली होती? काही कळत नव्हतं.

आज कधी फावल्या वेळी मी माझ्या गावी जातो. पूर्वीपेक्षा हातभर उंच वाढलेला, एक टाच उचलून खालीवर होत चालणारा कांत्या मला दिसतो. अजून त्या गावच्या उंबरठ्याउंबरठ्यानं कांत्याला जगविलं आहे. छे! आणखी कशाच्या तरी न कळणाऱ्या बळावर कांत्या जगला आहे.

धुवट कपड्यातील वारेमाप वाढलेला मी कांत्याला प्रेमानं साद घालतो. आजही कांत्यानं आपल्या खांद्यावर बसवून गावभर दणादण पळवून आणावं असं मला वाटतं. आज जग मला डोक्यावर घेत आहे, पण दुरावलेला कांत्या काही खांद्यावर घेऊ शकत नाही. मी त्याला साद घालताच पूर्वी केळी खायला यायचा, तसा तो सहजपणे माझ्याकडे येत नाही. तो येतो, 'काय?' असं ओठांतल्या ओठात पुटपुटत माझ्या शेजारी हॉटेलमधल्या बाकावर बसतो. त्याच्या मनात माझ्याबद्दल काही विचार चाललेले असतात का? त्याला काही बोलायचं असतं का? काहीच कळत नाही. आता कांत्या हसत नाही. तोंडभर बोलत नाही, पळत नाही. बैलगाडीला बांधलेल्या, मागून फरफटत चालणाऱ्या

थकल्या बैलासारखा ऐन तारुण्यात कांत्या जीवनामागं चालल्यासारखा मला वाटतो. त्याला तसा पाहून माझ्या मनात पिकलेला पण अत्यंत आंबट आंबा दातांखाली फुटताच यावी तशी सणक येते. माझा हात नकळतच शेजारी बसलेल्या कांत्याच्या खांद्यावर चढतो. हॉटेलच्या पोऱ्याला मी दोन स्पेशल चहाची ऑर्डर देतो.

वेळोवेळी कांत्यानं ज्यांच्याकडं अंगझटी येऊन सिंगल चहा मागितला असतानाही ज्यांनी त्याला झुरळ झटकावं तसा झटकलेले गाववाले आमच्याकडं आश्चर्यानं पाहत असतात. मी त्यापैकी एकालाही चहाचा आग्रह करीत नाही. मूक शांतपणे आम्ही चहा पितो. हात पुसण्यासाठी मी खिशातून रुमाल काढताच मला कांत्याच्या फाटल्या शर्टाचा फळका आठवतो. हातातील रुमाल कांत्याला तोंड पुसण्यासाठी द्यावा असं मला वाटत असतं. तो घेणार नसेल तर आपण आपल्या हातांनी मळभरलं त्याचं तोंड चक्क सर्वांसमक्ष स्वच्छ पुसावं असं मला वाटत असतं. पण यापैकी काहीच घडत नाही. समोर 'मोठी' आणि कांत्याला 'खुळा' मानणारी माणसं चहाच्या घोटाबरोबर नजर टवकारून आमच्याकडं पाहत असतात. माझ्या या विचित्र माणसाच्या संगतीचं सर्वांना आश्चर्य वाटत असतं. माझ्या वागण्याचा अर्थ लावण्याचा ते प्रयत्न करीत असतात. माझं त्यांच्याकडं लक्षही नसतं. ते शोधू पाहत असलेला अर्थ त्यांना कधीही सापडू नये असंच मला वाटत असतं!!

२.

गणपा

'जग ही एक रंगभूमी आहे.' - शेक्सपियरचं साहित्याच्या रंगमंचावर उदंड यश संपादन केलेलं हे एक विधान आहे. मला मात्र नेहमीच जाणवत गेलं आहे की, 'रंगभूमीचंही एक वेगळं जग असतं.' त्याला कारणही तसंच गमतीदार घडलं आहे. 'नाट्य' या विषयाशी माझा बालपणी अतिशय 'नाट्यमय रीतीनं' संबंध आला. त्या 'वेगळ्या जगात' अगदी 'जगावेगळ्या' पद्धतीनं मी त्या वेळी प्रवेश केला. अंघोळ, चहा, जेवण, शाळा, व्यायाम, अभ्यास आणि परीक्षा या त्याच त्या रटाळ जीवनातून काही आगळं घडावं असं वाटणं हा बालस्वभाव आहे. (निदान माझ्या बालपणी तरी तसा तो होता - किमान माझा तरी होताच होता.)

या बालस्वभावाला 'नाटक' हा प्रकार त्या दृष्टीनं फार फार जवळचा. स्टेजवरून रंगमाखल्या तोंडानं पल्लेदार वाक्यं फेकणारा 'नट' आम्हाला भावंडाइतकाच जवळकीचा वाटायचा. रंगमंचाचा लाकडी चौथरा आम्हाला गावदेवाच्या लाकडी ओट्याइतकाच पवित्र वाटायचा. समुद्रकाठाला वाळूचे किल्ले रचणाऱ्या पोरानं ताज्या अंड्यासारख्या दिसणाऱ्या, आग्ऱ्यातील ताजमहालाकडे भावविस्फारल्या नजरेनं बघावं त्याच कल्पनेनं आम्ही 'रंगल्या' तोंडानं संवादफेकीत रंगलेली नटमंडळी बघत असू.

दरवर्षी शिवजयंती धरून हमखास एखादं नाटक उभं राहायचं. सारं गाव नाट्यचैतन्यानं उसळू लागायचं. एका शिवजयंतीला असंच एक ऐतिहासिक नाटक अंग धरू लागलं. त्यात मोरया गोसाव्याची एक भूमिका होती. या मोरया गोसाव्याचा एक बालशिष्य गावातील नटमंडळींना हवा होता. कुणीतरी त्यांना माझं नाव सुचविलं. नटमंडळींचा 'म्होरक्या' म्हणून, तालीमखान्यातून मी मेहनत घेऊन परतत असताना गणपत गवळी या नटश्रेष्ठानं मला गावचौकात

गाठलं. त्याच्याबरोबर त्याचे चार हौशी साथीदार होते.

"एऽ शिवा, काय तालमीतनं आलास?" गणपानं मला दिललगाव साद घालीत हटकलं.

"काय राजे? काय आज्ञा?" मी त्याला विचारलं. गणपा 'शिवाजी' ची भूमिका अशी फाकडी उभी करायचा की सगळं गाव त्याला 'राजे' म्हणायचं.

"बाकी काय म्हण हां तू शंकर, शिवासारखं बिजलीच्या अंगानं हुतूतू खेळणारं पॉर नाही हां आमच्या शिवाजीनगरात." आपल्या साथीदाराकडं बघत गणपानं मला पाणी लावायला सुरुवात केली.

"व्हय शिवा, - शिवजयंती की रं आली तोंडावर. हुतूतूची झुंबड उठवू या की..." त्यानं माझ्या आवडीच्या विषयाला हात घातला. मी पाघळलो.

आम्ही हुतूतूच्या सामन्यांची थोडा वेळ चर्चा केली आणि चुचकारत, पाणी मारत कसबी गवळ्यानं गायीच्या कासेला हात घालावा तसा गणपानं आपल्या मनातल्या विषयाला हात घातला, "आणि नाटकाचं काय करायचं? सगळं जमलंय पर एका बालपार्टीचं काम कराय एक धाडसी पोर पायजे! तू दे की रं दंगा उठवून."

"ह्यॅ ऽ! काय तरी काय खुळ्यासारखं राजे, मला नाही जमायचं नाटकात काम." मी त्याला झटकून टाकला.

"न जमाय काय झालं? तिथं काय पाट्या टाकायच्या हाओीत, काय फेसाटी वढायची हाय? कसली रं तुम्ही डरपोक पोरं? एवडी शिकताय आणि साधं नाटकात काम कराय जमत न्हाई व्हय? हुतूतूच्या ग्रावंडीवर मात्तर नाचशील... त्तूऽ त्तूऽ त्तू!" गणपानं हात पसरून गावचौकात माझ्या हुतूतूच्या लकबीची सरळसरळ नक्कल केली. शंकर, दत्ता, विष्णू हे त्याचे साथीदार ती बघून खदखदून हसले. त्यानं मी वरमलो. त्याचं बोलणं मला आव्हानाचं वाटलं. मी ते स्वाकारायचं ठरवलं.

"हे बघ गणपा, मी तयार आहे काम करायला. तुझ्यापेक्षा दंगा उठवून देईन नाटकात!" मी बोलून गेलो.

संध्याकाळी माझ्या घरी मोरया गोसाव्याच्या बालशिष्याच्या संवादाची नकललेली वही आली.

समर्थ रामदासांनी शिवाजी महाराजांची वर्णन केलेली, माणसं आपल्या बाजूला वळविण्याची 'सलगी देणे' कैसी असेल कोण जाणे, पण आमच्या 'राजे गणपाची' 'सलगी देणे' ही ऐसी होती.

मोरयाबाबाचा गोसावीशिष्य व्हायचं मी मान्य केलं. नाटकाचं नाव होतं 'चंद्रग्रहण'. त्या नाटकात मला एक गाणंही होतं. 'डायरेक्टर' गणपा ते गाणं कट करायला तयार नव्हता.

या नाटकात शिवाजीची खाशी भूमिका अर्थातच गणपाकडं होती. आता कल्पना करा. 'गणपती' या नावाचा 'गवळी' असणं केवढं नवलाचं होतं! त्यातून तीन तास का होईना, तो 'शिवाजीराजा' होणं हे त्याहून केवढं नवलाचं होतं!
नावानं 'गणपती' असलेला हा आमचा खासा नट व्यवसायानं 'गोपाल' होता. आपल्या नावाइतकीच म्हणजे 'श्रीगणेशाय' एवढीच त्यानं सरस्वतीची आराधना केली होती. गवळी म्हणून अंगापिंडानं तरी भरभक्कम असावा - तर तसंही काही नव्हतं. अटकर पाड्यासारखा जिथल्या तिथं दिसणारा, सावळ्या रंगाचा आणि तरतरीत लांब नाकाचा 'गणपा' शिवाजीच्या भूमिकेत मात्र असा फाकडू दिसायचा की अंग तोलून, उजवा पाय पुढं टाकीत, कानातील चौकडे हिन्कळवीत तो विंगमधून रंगमंचावर घुसला की मिनिटभर नुसता टाळ्यांचा कडकडाट उठायचा. जमलेल्या प्रेक्षकांत कुजबुज व्हायची "कोन रं ह्यो? गडी पटावर घुसला मात्तर वागासारखा हां!"
"आरं त्यो 'गनपा' हाय. पुंडलिक गवळ्याचा ल्योक!" प्रश्नाला परस्परच उत्तर मिळायचं.
गणपा शिवाजीराजांच्या वेषात अंग तोलून, पल्लेदार वाक्यं फेकीत रंगपटावर वावरायचा आणि प्रेक्षक तो 'गवळी' आहे हे विसरून क्षणात त्याच्या रसवंतीबरोबर वाहू लागायचे.
रंगमंचावर जाताना तो न चुकता उजवा पायच पुढं टाकायचा. (शिवाजीच्या भूमिकेत डावा पाय रंगमंचावर कधीच टाकता कामा नये हे कोणाही नाटककाराच्या प्रतिभेला न स्फुरलेलं गणपाचं स्वत:चं असं खास मानसशास्त्र होतं!)
शिवजयंतीचे दिवस आले की गणपा आपलं 'गवळीपण' विसरायचा. नाटकलोभी शाळकरी पोरं गणपाच्या शिवाजीच्या भूमिकेचे संवाद नकलून ती वही सर्वांत प्रथम त्याच्या हाती द्यायचे. सरावानं सफाईचं वाचन शिकलेला गणपा ती वही घोंगडीच्या खोळीत ठेवून ती खोळ खांद्यावर टाकायचा. दिवस उगवायला आपल्या घरामागच्या भल्या मोठ्या गोठ्यातील गायीम्हसरं दाव्यातून मोकळी करून रानात जायला निघायचा. खांद्यावर टाकलेल्या घुंगराच्या आडव्या काठीवर तो घारीच्या पंखासारखे आपले दोन्ही हात चढवायचा. त्याची जाड कुरकुरणारी कोल्हापुरी पायताणं म्हसरांमागून वाजत जायची. म्हशींच्या गळ्यातील घंटा घुमरागोड आवाज उठवायच्या.
एखादी खोडील म्हैस दुसरीला डांगलायला लागली की रस्त्यावरचा दगडी गुंड उचलून तिच्या अंगावर फेकीत गणपा ओरडायचा 'थ्रुईऽ थ्रुई ये भोरीऽ, लई गुणाची म्हणून नावजतो तुला. आन् ही करणी व्हय? तुला खाल्ली वागानं!' आपल्या आवडत्या पांढऱ्या रंगाच्या म्हशीला तो 'भोरी' म्हणायचा.

हिरण्यकेशीच्या काठावर कुरणात गणपाची म्हसरं शेपट्या नाचवीत, गळ्यातील घंटानादाच्या तालात चरत राहायची. हिरण्यकेशीला या कडेपासून त्या कडेपर्यंत अधांतरी पांघरूण घातलेल्या व्हिक्टोरिया पुलाच्या भक्कम दगडी कमानीच्या गर्द छायेत गणपा आपली घोंगडी पसरायचा. कमानीच्या भिंतीला चिकटून असलेल्या मैलाच्या दगडासारख्या एका घडीव चौकोनी दगडावर आपलं डोकं टेकायचा. गांधीटोपी घातलेल्या त्याच्या डोक्यात चक्क 'शिवाजी' दौडू लागायचा.

घोंगडीच्या खोळीतील संवादाची वही काढून गणपा ती डोळ्यांसमोर धरायचा. त्याच्या डोळ्यांतले रंग क्षणाक्षणाला पालटू लागायचे. आपण गवळी आहोत, एका पुलाच्या कमानीखाली बसलो आहोत. रानात जाणारी चुकारमुकार माणसं कमानीखालून जाताहेत - कशाकशाचं भान त्याला उरायचं नाही.

खणखणीत, मराठमोळ्या, ऐतिहासिक बोलीभाषेचे शब्द कमानीच्या घुमटात घुमू लागायचे - 'जयवंतरायऽऽ, तुम्ही सबूर करा! यशवंतरावऽ, बोला, तुम्ही आमच्या सवालाचा जाब काऽऽ देत नाही?' या संवादातील 'सबूर' हा शब्द उच्चारताना गणपाचा हात वही सोडून पालथा होत (समोर नसलेल्या) जयवंतरावाला गप्प बसवून जायचा! 'जाब काऽऽ देत नाही?' या प्रश्नातील 'काऽऽ' तो असा काही मजेदार ओढून फेकायचा की कमानीच्या आडून गणपाला न बघताच कुणीतरी तो संवाद ऐकला तर त्याला वाटावं की साक्षात शिवाजी महाराजच आपल्या करड्या बोलीत कुण्या सरदाराची, आपल्या भुवया उंचावत झडती घेताहेत.

श्रींच्या स्वराज्याची शपथ घेऊन सह्याद्रीच्या दऱ्याखोऱ्यांत दौडलेल्या शिवाजी महाराजांच्या नाट्याविष्काराची तालीम अशी अक्षरशः डोंगरपायथ्याशी नदीकाठी सुरू व्हायची. गणपा स्वतःला हरवून पुरा शिवमय व्हायचा. खाली अंथरलेल्या घोंगडीवरच तो अंग सावरून सिंहासनावर बसल्याच्या आवेशात घडाघड संवादाची सरबत्ती सुरू करायचा. 'शेषाच्या पाठीवर विराजलेल्या नारायणाऽऽ, या दुर्दैवी महाराष्ट्राची हाक तुझ्या कानी काऽ येत नाही?' गणपाला 'दुर्दैवी' शब्द उच्चारायला जमत नव्हता. तो नेमका 'दुर्धैवी' म्हणायचा! पण गावच्या प्रेक्षकांनी त्याबद्दल कधी तक्रार केली नाही. त्यांना त्या शब्दाचा अर्थ कळायचा. महाराष्ट्र 'दुर्दैवी' आहे याबद्दल त्यांच्या मनात शंका उरायची नाही.

गणपाची तालीम कमानीखाली ऐन रंगात यायची. कमानीच्या दगडी खोबणीत चिरक्या आवाजात कलकलणाऱ्या रानराघूंच्या कल्लोळानं त्याची नाट्यसमाधी कधी भंगायची नाही.

एकदा तो तालमीच्या संवादफेकीत असाच रंगला होता. कोरव्याच्या भट्टीतील तापल्या वाळूवर हरबऱ्याचे पटापट फुलते फुटाणे व्हावेत तसे संवादामागून संवाद तो उच्चारीत होता. कसलातरी 'धप्प' असा आवाज त्याला ऐकू आला

पण तिकडं त्याचं लक्षच नव्हतं.
कमानीच्या खोबणीत बेसावध सापडलेल्या एका रानराघूला दीड वाव लांबीच्या काळ्याशार नागानं आपल्या जबड्यात जाम धरलं होतं. त्याला गिळून टाकण्याच्या खटपटीत तो राघूसह कमानीवरून खाली कोसळला होता.
गणपाची 'रेसल' चालूच होती - 'शेषाच्या पाठीवर विराजलेल्या नारायणाऽ, ...' समोर त्या 'शेषाचा' एक खतरनाक 'वंशज' धुळीत पडला होता याची गणपाला काहीच कल्पना नव्हती. भेदरलेला राघू क्षणभर गप्प होता. पण आपण कसल्या 'दुर्दैवात' फसलो आहोत याची जाणीव होताच तो 'चिर्रर, चिर्रर' करीत भयानक चित्कारू लागला.
त्या आवाजाकडं गणपाचं लक्ष गेलं आणि 'राजे - गणपत' घोंगडीच्या सिंहासनावरून ताडकन वर उठले. हातात संवादाची वही, डोक्यावर गांधी टोपी, अंगात गवळी कुडतं, कमरेला धोतर - अशा थाटात! क्षणभर गणपाला काय करावं ते कळेना. या खतरनाक वक्ताला गणपाराजेंना मसलत द्यायलाही कुणी नव्हतं.
एकाएकी गणपाचं लक्ष घोंगडीजवळ ठेवलेल्या, घुंगर बसविलेल्या आपल्या गवळी काठीकडं गेलं. हातातील संवादाची वही खाली ठेवायला तयार नसलेल्या गणपानं वहीची सुरळी करून त्याच हातानं काठी उचलली. शिवाजीराजांच्या तोंडीच शोभतील असे 'नमकहरामऽ, दगलबाज!' असे करडे बोल कमानीखाली घुमवीत गणपा हातातील काठीचे बळजोर वार त्या नागाच्या वेटोळ्यावर उतरवू लागला. दोन-चार तडाख्यांतच नागानं आपल्या तोंडातील राघू सोडून दिला. भेदरलेलं ते पाखरू तसंच दोन-चार उड्या घेत बाजूला झालं. गणपानं नागाचं डोकं ठेचून, चेचून टाकलं, काठीवर ते वेटोळं घेऊन एका कुंपणावर फेकलं. आणि मग त्याच्या लक्षात आलं की आपली गवळी काठी 'ईखारी' झालेली असणार.
'च्यायला! घोळच झाला की. राजे, राजे हत्यार इखारी झालं. काय केलंत हे?' असं स्वत:लाच बजावीत गणपानं हातातील काठीही कुंपणापलीकडं फेकून दिली. (संवादाची वही तशीच हातात ठेवून!)
घोंगडीची एक दशी काढून गणपानं भेदरलेल्या पोपटाला पकडून त्याचे दोन्ही पाय बांधले. आणि त्याला पुरा जखडबंद करून बाजूला ठेवलं. संवादाची वही उघडून गणपाची 'रेसल' पुन्हा सुरू झाली - 'शेषाच्या पाठीवर विराजलेल्या नारायणाऽऽ, ... (शेष कायमचा निद्रिस्त करून, त्याच्या पाठीवर नारायणाला बसवून गणपा त्याला विचारीत होता.) या 'दुर्धैवी महाराष्ट्राची हाक तुझ्या कानी काऽऽ येत नाही?'

पाय बांधलेला राघू मधूनच भेदरून चीत्कारत होता- 'चिर्रर' ते कानांवर पडताच त्याच्याकडं न बघता गणपा हाताचा पंजा उचलून त्याला ऐतिहासिक इशारत करीत होती - 'सबूरऽ, सबूरऽ!'
गणपानं त्या राघूला आपल्या घरी आणलं. त्याच्यासाठी एक शानदार पिंजरा केला. त्याला आपले ऐतिहासिक संवाद शीळ घालीत शिकवायला सुरुवात केली. पोपट इमानी निघाला. गणपा दिसताच लाडिक आवाजात 'राजे, राजे' म्हणत, पिंजऱ्याच्या तारांना फडफडते पंख आपटीत, मान डोलवीत थयथय नाचू लागला. रतिबाच्या दुधाच्या हिशेबात काही घोळ झाला आणि कुणी गणपाच्या घरी येऊन हुज्जत घालू लागलं की मान वाकडी करून तिरक्या नजरेनं त्याच्याकडं बघत बजावू लागला, 'सबूरऽ! सबूरऽ!'
असाच शिवजयंतीच्या एका वर्षीच्या ऐतिहासिक नाटकाच्या वेळी कहर झाला. त्या वर्षी नाटक होतं 'समर-झुंजार.'
शिवाजीची भूमिका नेहमीप्रमाणं गणपाकडंच होती. त्यानं एक नरम मेसकाठी तोडून तिची पातळ बेळं काढली. आपल्या डोक्याच्या मापाचा 'टोप' गणपा स्वत: बनवायचा. इतर कुणी तयार केलेला टोप त्याला कधीच पसंत पडायचा नाही. मेसकाठीच्या बेळांचा त्यानं टोप तयार केला. तो घरात कुणाला दिसू नये म्हणून बाहेरच्या खोलीतील बैठकीच्या चौपाळ्याखाली ठेवला.
नाटकाच्या तालमी नेहमीप्रमाणं चालू होत्या. गोठ्यातील म्हशींची रात्रीची धार काढल्याशिवाय गणपाची सुटका होत नव्हती. वेळेवर तालमीला येणं त्याला जमत नव्हतं. गणपाचा बाप पुंडलिक गवळी एक करडा म्हातारा होता. चक्री लाल डेरेदार पागोटं घालून, भरदार चंचीतील पान, सुपारी, कात या वस्तूंचा मेळ घालत बाहेरच्या खोलीला लागून असलेल्या एका छोटेखानी खोलीत तो घोंगडीवर बसलेला असायचा. त्याला गणपाचं हे नाटकाचं वेड मुळीच 'फास' नव्हतं.
मी गणपाला तालमीला बोलवायला त्याच्या घरी गेलो. नाटकाच्या तालमीला बोलवायला आलोय हे मला गणपाच्या 'आबासाहेबांना' कळू द्यायचं नव्हतं. तो म्हातारा म्हणजे आग होती.
मी दरवाजातून हळूच डोकावीत विचारलं, "राजे आहेत?"
"कोन राजं? कोन न्हाई हतं." पलीकडच्या खोलीतून करडा घोगरा आवाज आला. मी सटपटलो.
"गणपा हाय कायं? दूध पायजे." मी चाचरत म्हणालो.
'गणपा न्हाई आन् दूदबी न्हाई. व्हट पिळलं तर दूद निगायचं न्हाय; आन् ह्यो शिकवतूया मला. नाटकी भडवं.... नाटकं करत्यात!" पुंडलिक गवळ्यानं मलाच धारेवर धरलं.

मी दारातून सटकायच्या बेतात होतो. इतक्यात धारा उरकून राजे गणपतच खासे बाहेरच्या सोप्यात आले. हातानं खूण करून त्यांनी मला आत बोलावलं. जमिनीबरोबर झुकतं होऊन गणपानं चौपाळ्याखाली हात घातला. त्याला आपला टोप मला कौतुकानं दाखवायचा होता.

टोपासह वर उठत गणपानं शिवाजीराजांच्यासारख्या भुवया चढवीत टोप आपल्या डोक्याकडं नेण्यासाठी सुलटा केला आणि एक पांढरंशुभ्र टपटपीत अंडं टोपाच्या खळगीतून घरंगळलं आणि पायगतीच्या जमिनीवर पडून फटकन् फुटलं. पांढरा-पिवळा, गिळगिळीत बलक जमिनीवर पसरला.

मला मोठ्यानं हसता येईना. कारण पलीकडच्या खोलीत गणपाचे करडे 'आबासाहेब' जातिनिशी होते. पालथं मनगट दाताखाली दाबत मी खुसपुसू लागलो. वार केला तरी सलामात सुटलेल्या, शास्ताखानानं झेप घेतलेल्या खिडकीकडं शिवाजीराजांनी जसं बघितलं असेल तसा गणपा भुवया चढवून फुटल्या अंड्याकडं बघतच राहिला.

टोपात घुसखोरी करणाऱ्या त्या धाडसी अंड्याला गणपाच्या भुवया जणू विचारीत होत्या, 'ही मजाल! आमच्या टोपात बैठक घ्यावया कोण धजेल?' अंडं टोपात कसं आलं याचं कोडं गणपा उकलीत होता. मग स्वत:शीच बोलल्यासारखा पुटपुटला. 'च्यायला या बायकांस्नी म्हशींच्या दावणीला पेंढी टाकाय जमायचं न्हाओ वक्तावर, पर कोंबड्या पाळायची लई हौस! दम खावा सटव्यांनो, ह्यो नाटकाचा बार एकदा पार हूं दे. फडशाच पाडतो समद्या कोंबड्यांचा.'

घरच्या बायकांनी पाळलेल्या कोंबड्यांपैकी एकीनं करकरत टोपात उतरून बैठक घेण्याचं धाडस केलं होतं. गणपाच्या टोपात झक्कासपैकी अंडं घातलं होतं. तो शास्ताखान शिवाजीमहाराजांच्या पुण्यातील लालमहालात घुसला असेल, पण एक गावठी कोंबडी 'गणपाराजेंच्या' सीधे टोपातच घुसली होती.

या टोपानंच त्या वर्षीच्या नाटकात गणपाची पार धमाल उडवून दिली. नाटकाच्या दिवशी एका मराठा सरदाराची भूमिका करणारा 'दत्ता' नावाचा नट आपला प्रवेश येताच गडबडीत गणपाचा शिवाजीराजांचा टोप घालून रंगपटावर गेला.

प्रेक्षक क्षणभर घोटाळले. पण त्यांची काहीच तक्रार नव्हती. दत्ता डोक्यावर राजांचा टोप आणि ओठांत त्यांच्याबद्दलचे इमानदार संवाद अशा थाटात रंगमंचावर वावरत होता. कथाभाग नाटककाराचे शब्द पेरत पुढं सरकत होता. इतक्यात गणपाचा प्रवेश आला.

प्रॉम्पटर दबक्या आवाजात मागं वळून म्हणाला, 'गणप्या एंट्री आली!' हातातील चहाचा कप आणि पेटती बिडी बाजूला ठेवून गणपाराजे उठले

रंगपटावर जायला.

एकीकडं गणपा स्टेजवर गेल्यावर फेकायचे संवाद मनोमन आठवत होता, दुसरीकडं आपला टोप गरगरत्या डोळ्यांनी शोधीत होता... टोप काही सापडत नव्हता. सापडणार कसा? राजे कोंडीत सापडले. सगळ्यांच्यावर संतापलेली नजर फिरवीत कडाडले, 'भडव्यान्‌ माजीं पार्टी पटावर मार खावी म्हून डाव टाकताय? कुनी पशार क्येला माजा टोप? गुमान हजर करताय का वादडू एकेकाला?'

गणपाचा हात कमरेला लटकावलेल्या तलवारीच्या मुठीकडं वारंवार जात होता. सगळ्यांची वाचा बसायची वेळ आली होती. गणपाची एंट्री काही होत नव्हती. स्टेजवर 'दत्ता' हा मराठा सरदार नाटककाराचे शिलकीचे सगळे संवाद फेकून मोकळा झाला होता. पुढच्या अंकातलेही काही संवाद त्यानं 'स्वगता' सारखे म्हणून टाकले होते. जेव्हा संवादच आठवेनात तेव्हा त्यानं 'ॲक्शन' म्हणून काही चाळे सुरू केले होते. मधूनच तो डोक्यावरचा टोप उगीच ठाकठूक करीत होता. पाठीवर हात बांधून स्टेजवर गंभीर फेऱ्या घेत होता. आपल्या डोक्यावर साक्षात राजांचा टोप आहे याची त्याला काही कल्पना नव्हती. प्रेक्षक शांत होते. (पैज मारून लिहायचं म्हटलं तरी कुठल्याही पट्टीच्या नाटककाराला लिहिता येणार नाही असं अफलातून नाटक स्टेजवर चाललं होतं.)

दत्ताला राजे स्टेजवर का येत नाहीत ते कळत नव्हतं. गणपाला टोप कुठं गायब झालाय ते कळत नव्हतं. प्रॉम्पटरलाही या अवस्थेत काय करावं हे कळत नव्हतं. दत्ताबरोबर प्रेक्षकही गणपाच्या प्रवेशाची वाट बघत होते. तो काही होत नव्हता.

शेवटी तोड निघाली. कुणीतरी गणपाला सुचविलं, 'गणपा, जा तस्साच पटावर आता. कनच्या लेकाच्यानं तिकीट काडलंय नाटक बघाय?'

गणपाला ही मसलत पटली. टोपाशिवाय बोडक्या डोक्यानं गणपा रंगमंचावर घुसला. त्याला बघताच राजांच्या दर्शनासाठी आतुर झालेल्या प्रेक्षकांनी टाळ्यांचा प्रचंड कडकडाट केला. प्रॉम्पटरचा जीव भांड्यात पडला.

गणपा भुंड्या डोक्यानं स्टेजवर आला खरा, पण समोर मावळ्या सरदाराच्या डोक्यावर आपला टोप बघताच त्याच्या अंगाची संतापानं लाहीलाही झाली. काही केल्या त्याला संवाद आठवेना.

आपल्या भुवया एकसारख्या वर उडवीत तो दत्ताला सांगू बघत होता की, 'तुझ्या डोक्यावर माझा टोप कसा? काय केलंस हे हरामखोरा?' दत्ताला त्याच्या भुवया उडविण्याच्या अनपेक्षित ॲक्शन्स कळेनात. त्याला वाटलं, आपलं काम मार खावं म्हणून हा गवळी पदरच्या 'ॲक्शन्स' घुसडायला लागलाय. त्यानंही प्रत्युतर म्हणून आपल्या भुवया उडवायला सुरू केल्या.

हा ‘भ्रुकुटी-अभिनय’ थोडा वेळ तसाच चालला. प्रेक्षकांना वाटलं हा नाटकातील एक अपरिहार्य भाग आहे. स्टेजवरचे ते दोघे नटश्रेष्ठ पुन: पुन्हा आणि प्रेक्षकांना ऐकू जातील एवढ्या मोठ्यानं सांगितले तरी संवाद का म्हणत नाहीत हे बिचाऱ्या प्रॉम्पटरला कळेना. त्यानं चक्क विंगमधून डोकावून स्टेजवर काय चाललंय ते बघितलं. सगळा प्रकार लक्षात येताच कपाळावर हात मारून घेत तो दबक्या आवाजात म्हणाला, ‘बोंबला! गणपाचा टोप दत्त्याच्या डोक्यावर.’ त्यानं लगबगीनं पडद्याच्या मागं जाऊन दत्ता या मराठा सरदाराला हळूच दबल्या आवाजात सूचना दिली, ‘दत्ता, तुझ्या डोक्यावर राजांचा टोप आहे.’ बराच वेळ संवाद काय फेकावा म्हणून तटून राहिलेल्या दत्तानं मागचा-पुढचा काहीच विचार न करता प्रॉम्पटरने कानांवर टाकलेले शब्द ऐतिहासिक थाटात तसेच स्टेजवर उच्चारले, ‘दत्ताऽ राजांचा टोप तुझ्या डोक्यावर आहे.’ प्रेक्षक नाटकात रंगलेले होते.

मिनिटभर तसंच गेलं. गणपाला तालमीत कधीच न ऐकायला मिळालेलं वाक्य आपल्या सरदाराकडून ऐकायला मिळालं. तरीही आपलं राजेपण न विसरता तो दत्ताच्या डोक्यावरच्या टोपाकडं खिळल्या नजरेनं बघतच होता.

आता प्रेक्षकांपैकी कुणीतरी स्टेजवर येऊन किंवा प्रॉम्पटरनं स्टेजवर घुसून दत्ताच्या डोक्यावरचा टोप उतरवून गणपाराजेंना पेश करायचं - एवढंच बाकी उरलं होतं. पडद्यामागून, या विंगकडून त्या विंगकडं थयथय नाचून दमगीर झालेला प्रॉम्पटर शेवटी साक्षात नाटककारालाही ऐकू जाईल एवढ्या मोठ्यानं ओरडला,

‘दत्त्याऽऽ डोक्यावरचा टोप ठेव खाली काढून.’

दत्ताच्या टोपाखालच्या सुपीक डोक्यात आता प्रकाश पडला. भवानी मातेच्या हातून ज्या पोजमध्ये राजांनी तलवार घेतल्याचं चित्र आहे, तशी पोज घेत आपल्या डोक्यावरचा टोप उतरून तो दोन्ही हातांनी गणपाकडं देताना त्यानं सुचतील तशी वाक्यं म्हटली, ‘महाराज, चाकराला माफी असावी. कसूर झाला.’

गणपानं त्याच्या हातातून तो टोप राजांच्या दिमाखदार ऐटीत घेतला आणि आपल्या डोक्यावर चढविला. ते बघताच प्रेक्षकांनी पुन्हा टाळ्यांचा कडकडाट केला.

स्टेजवर चाललेल्या या अजब प्रकाराचा नाटकाशी सुतराम संबंध नव्हता. बिचारं कथानक गणपतराजांच्या आज्ञेची वाट बघत पुस्तकात पडून होतं. त्या नाटकाचा प्रयोग बघायला नाटककार हजर असता तर? सरळ स्टेजवर चढून त्यानं गणपाच्या कमरेची तलवार उपसली असती आणि त्याची व नटश्रेष्ठ दत्तोपंतांची गर्दन एकाच फटक्यात उतरून ठेवली असती.

ते ऐतिहासिक नाटक गणपा-दत्ता आणि मंडळींच्या तडाख्यातून तेवढ्यावरच

सहीसलामत सुटलं नाही. कसातरी पहिल्या अंकाचा पडदा पडला. दमलेले ऐतिहासिक तगडे पुरुष चहापानासाठी मेकअप रूममध्ये आले.
चिडलेल्या गणपानं टोप उतरून एका बाकावर ठेवला आणि त्यानं अगोदर चहाचा कप उचलला. 'भिकनिशी हाईस बघ दत्त्या!' दत्ताला शिव्या मोजत गणपानं चहा संपविला. त्याचे सगळे मित्र त्याला सांगत होते, 'राजे, संतापू नका. अजून दोन अंक आहेत. द्या दणका उडवून.'
हे सगळं सावरणं चाललं आहे इतक्यात गणपाला बघावं म्हणून आत आलेलं एक शाळकरी पोर, गणपाच्या झगमगत्या पोषाखाकडं बघतबघत बाकावर बसलं. गणपाचा विक्रमी टोप त्याच्या बुडाखाली सापडून चेपला!! त्या आवाजानं गणपाचं काळीज चरकलं.
त्या पोराला दंडाला धरून त्यानं खसकन् बाकावरून पुढं ओढलं. ऐतिहासिक टोपाची चक्क ग्रामीण दामटी झाली होती! पोर भेदरून उभं होतं. आता त्याचा गाल रंगणार असंच आम्हाला वाटलं. पण राजांच्या वेषातील गणपाच्या शरीरातला जातिवंत गवळी म्हशीला बोलावं तसा बोलून गेला. 'तुला खाल्ला वागानं! कुनाचा रं तू बांबलीच्या?' ते ऐकून पोरगं रडायलाच लागलं.
'आरं, तू कशाला रडतूस. रडाया पायजे मला.' हातातली टोपीची दामटी आरतीसारखी त्या पोराच्या तोंडाभोवती फिरवीत गणपा म्हणाला. कुणीतरी त्या पोराला बाहेर नेलं.
त्या नाटकाचे पुढचे दोनही अंक गणपा शिवाजीच्या वेषात बिगरटोपानं वावरला. प्रेक्षकांनी त्यासाठी कुणालाच जाब विचारला नाही. त्यांना माहीत होतं की, शिवाजीच्या पोषाखात काही नसून आहे ते त्याच्या विचारांत!
असा हा गणपा. त्याचं 'भजन' हा एक औरच अनुभव होता. टाळ्यांच्या ठेक्यावर तो अभंगाचे बोल आपल्या गळ्यातून जिवंत उभे करायचा.
'देखो रे यारो!' हा कबिराचा दोहा तो मान वाकडी करीत असा गायचा की कबिरांनी दोह्यात वर्णन केलेली ज्ञानराजांची पालखीच शब्दाचं बंधन फोडून प्रत्यक्ष समोर उभी राहावी.
'यशोधा घुसळीत-तन मागे भगवंत' या गवळणीतील 'यशोदा' या शब्दाचा उच्चार तो 'यश्वदा' असा करायचा. पण त्या 'यश्वदात' त्याच्या गवळी मनाचा लगाव असा उतरलेला असायचा की, माझ्या डोळ्यांसमोर मोठ्या रांजणाचा, ताक ओघळता काठ उभा राहायचा. त्या रांजणात मोठी रवी घालून 'घुसळण' करणारी पाठमोरी यशोदामाता दिसायची. तिच्या पाठीशी अंग घुसळीत उभा राहिलेला नागडा, सावळा श्रीकृष्ण असायचा...
मी गाव सोडलं आणि हा सगळा जिवंत गवळटी कुणबावा माझ्यापासून खूप

खूप दूर गेला. आता गावात नाटकं होत नाहीत. झाली तरी ऐतिहासिक होत नाहीत. गणपाच्या शिवाजीनगर नाट्यमंडळानं केली तशी होणं शक्यच नाही. कधीतरी वर्षातून एकदा गावी गेलो की गणपा मला सायकलवरून येताना दिसतो. त्याच्यातील राजेपणाची ती ऐटदार शान उन्हाळ्यात आटणाऱ्या म्हशीसारखी आटून गेली आहे.

त्याची गांधी टोपी, गवळी कुडतं, धोतर बदललं आहे. एक साधी पट्ट्यापट्ट्याची अर्धी पँट व एक मळकट शर्ट त्याच्या अंगावर दिसतो. चेहऱ्यावर परिस्थितीच्या सटवाईनं ओरखडलेल्या नखांचे ओरखडे दिसतात. राजांच्या वेडानं झपाटलेला तो तरतरीत गणपा हरवलेला आहे.

मला बघताच तो सायकलीवरून खाली उतरतो. आजही त्याच शब्दांत साद घालतो, 'शिवाऽ कवा आलास कोल्हापुरास्नं?'

आम्ही दोघंही कुठल्यातरी हॉटेलात चहा घेतो. गणपाला पान खायची सवय असल्यानं पानाच्या ठेल्यासमोर येतो. पानवाला गणपाचं डब्बल चुन्याचं 'मर्दाना' पान जमवू लागतो. मी त्याला विचारतो, 'काय राजे, नाटकंबिटकं नाही उठत गावात?'

पान तोंडात खुपसून तंबाखूची चिमट मान वर करून दाढेखाली सोडीत गणपा म्हणतो, "काय मज्या राह्यली न्हाई शिवा, कसली पुचाट नाटकं घेत्यात. तींबी कडवर जात न्हाईत." एक व्यथा त्याच्या डोळ्यांत तरळून जाते.

"राजे, तुम्हाला तरी आठवतात का तुमची नाटकं?" मी त्याला डिवचतो. गणपाचे शेवाळले डोळे पेटून उठतात. तो पुन्हा आपल्या स्वप्नात पोचतो. पानाच्या ठेल्यासमोर गणपाचे खणखणीत संवाद उभे व्हायला लागतात. "गड फत्ते झाला... पण हिरा हरपला तो हरपलाच ना?" जाणारे-येणारे लोक आमच्याकडं डोळे ताणून बघतात... एकाएकी गणपाची ती समाधी भंग पावते. तोंडातील रसाची पिंक बाजूला टाकून तो म्हणतो, "चलतो शिवा, योळ झाला. दूद घालायचं हाय." माझा हात क्षणभर दाबून गणपा सायकलवर टांग टाकतो. दुधाच्या घागरी एकमेकींना घासताना खडखडू लागतात. त्याची सायकल करकरत चालू लागते. चक्रे फिरू लागतात. माझ्या डोक्यात त्याचा संवाद फिरू लागतो, 'शेषाच्या पाठीवर विराजलेल्या नारायणाऽ, या दुर्धैवी महाराष्ट्राची हाक तुझ्या कानी काऽ येत नाही?'

त्याला कितीतरी बदललेला, पाठमोरा दूर जाताना पाहून माझ्या मनात एक विचार उगाच रुंजी घालीतच राहतो - 'माणूस प्राचीन काळापासून कसल्या ना कसल्या वेडावर जगत आला आहे आणि जगत राहणार आहे!'

३.

संतू

हॉटेल म्हटलं की एक विचित्र दृश्य आपल्या डोळ्यांसमोर उभं ठाकतं. व्हॉल्युमचा स्विच तुटेपर्यंत 'ऑन' केल्यामुळं कर्कश केकाटणारा रेडिओ, त्यावर हिंदी, मराठी, कानडी, पंजाबी कुठल्याही प्रकारचा 'गाणं' या नावाचा चाललेला स्वरगोंधळ, 'चार इसम वीस पैसे, पीछेवाला एक इसम खाली एक गिलास पानी!' अशा खास 'हॉटेलकोशा'तील पोऱ्याच्या इमानदार आरोळ्या, कपबश्यांचा डोकं उठविणारा ताशा, 'मालक' नावाच्या निर्विकार माणसाच्या नोकरांवर चाललेल्या अकारण दमदाट्या असं हे मोठं खमंग खुमासदार दृश्य असतं.

आजकाल मोर्चे, निदर्शनं, संप यासाठी असंख्य माणसांना 'एक दिवस कैदेची' शिक्षा ठोठावण्यात येते. अशा कैद्यांना तुरुंगात कशाकरिता पाठविण्यात येतं मला कळत नही. 'एक दिवस' त्यांना मोठ्या शहरातील गजबजलेल्या हॉटेलात ठेवण्यात यावं! दुसऱ्या दिवशी ते आपसूक तडक हिमालयाची वाट धरतील. आज 'हॉटेल' ही संस्था अशी बदनाम झालेली असली तरी एका माणसाच्या दिललगाव आठवणीमुळं मला या संस्थेविषयी नेहमीच एक न कळणारा जिव्हाळा वाटतो. काही काही माणसं हात लावतील त्या वस्तूला 'सोनरूप' देणारी असतात हेच खरं.

'खाजा' नावाचा एक पदार्थ असतो. गव्हाच्या गोड कणकीच्या पापुद्र्याची पुटावर पुटं चढवून ती वडी तयार केलेली असते. साखरेच्या पाकात ती बराच वेळ मुरत ठेवल्यामुळं अगदी मधल्या पेडात उतरलेला पाक तसाच आत साचून राहिलेला असतो. मला 'संतू' हा माणूस त्या खाजासारखा वाटत आला आहे. बाहेर गोडच पण आत अति गोड!

संतूचं आडनाव होतं 'नरके' पण त्याच्या नावातील 'संता'नं आडनावातील 'नरक' दूर फेकून दिला असावा!

संतूचं एक छोटं हॉटेल होतं - 'हिंदमाता रेस्टॉरंट!' त्या हॉटेलच्या पाटीवर, नुकतीच न्हालेली दिसावी अशा एका केस मोकळे सोडलेल्या स्त्रीचं चित्र होतं. हॉटेलच्या 'नावात' असलेली 'हिंदमाता' गिऱ्हाइकांना 'प्रत्यक्ष' दिसावी असा त्या चित्रकाराचा हेतू असावा! मला मात्र ते चित्र फार आवडायचं. वाटायचं 'संतूचं हॉटेल' हे एक घरच आहे. आणि त्या घराच्या उंबरठ्यावर ही त्या घराची वत्सल बाई उभी आहे. मंद हसत. न हलता, न बोलता, मूकपणे स्वागत करत!

वास्तविक ते हॉटेल होतं यशवंतराव देसाई या गृहस्थांचं. संतू तिथं एक नोकर होता पण सगळं गाव त्या हॉटेलला 'संतूचं हॉटेलच' म्हणायचं. आज आपल्या सगळ्या समाजजीवनाचं 'हॉटेल' झालं आहे. अशा वेळी एका 'हॉटेलला' 'घरपण' देणारा संतू मला किमयागार वाटतो.

ऐन थंडीचे दिवस असायचे. धुक्यानं झाडंपेडं, कौलारू घरं, रस्ते यांचा कबजा घेतलेला असायचा. भल्या पहाटे उठलेल्या संतूनं 'चुलवाण' जागविलेलं असायचं. त्यातून उठलेले धुराचे लोळ 'हिंदमाताच्या' कौलारू पाक्यातून उसळून बाहेरच्या धुक्यात मिसळलेले असायचे.

संतूनं रात्री चिरून, मीठ घालून, तासभर मळून ठेवलेला कांदा अंगभर मुरलेला असायचा. एक भली मोठी कढई चुलवणावर चढायची. पावसाळी हंगामात झाडाच्या पानावळीवरून टपोरी थेंबावळ टपटप उतरावी तशी संतूच्या कसबी बोटांतून कढईतल्या तापल्या तेलात ठसठशीत कांदाभजी उतरू लागायची. ती आपल्या पोटात सामावून घेऊन फुलविताना तापलं तेल फसफसून उकळू लागायचं. खरपूस खमंग वास धुक्याचे हात हातांत धरून दूरवर पसरायचा. 'भजीलोभी' जीव त्यानं सैरभैर व्हायचे. वासाच्या रोखानं चालत येणारी अनेक 'खवैय्यी पावलं' संतूच्या हॉटेलची पायरी ओलांडू लागायची.

मीही 'हिंदमाता' समोर यायचो. धुक्यानं झाकाळलेल्या पाटीवर नजर टाकायचो. ती मोकळे केसवाली बाई धुक्यामुळं दिसायची नाही. काहीतरी चुकल्यासारखं वाटायचं. चलाख पाकोळीसारखी हालचाल करणारा संतू आतून मला हाकारायचा, 'चल ये शिवा, पैल्या घान्याची पिलेट सरत आली!'

मी आत जायचो. सगळी बाकडी माणसांनी दाटलेली असायची. पण कसलीच घाई-गडबड नसायची. बसमध्ये कंडक्टर वावरावा तसा संतू चलाखीनं सगळी टेबलं सांभाळून हलत राहायचा. स्वच्छ बनियन घातलेला, अर्धी खाकी चड्डी असलेला, तेल लावून केस नेटके मागं परतविलेला, सावळ्या रंगाचा,

शिडशिडीत अंगचणीचा, थोडासा पाठीत वाकलेला संतू माझं हसून स्वागत करायचा.

बोटांच्या फटीत पिठाचे रपटे दाटलेला हात उंचावून चुलवाणाच्या दिशेला करीत तो मला हळूच म्हणायचा, 'जा आता जा नीट' संतूच्या खास चुलवणाच्या खोलीत शेकोटीसमोर माझी बैठक जमायची. खरपूसलेल्या कांद्यांच्या पाकळ्यांची भजी पोटात उतरायची.

तसा संतू एका असली कुणब्याचा मुलगा. पण त्याचं आणि शेतीचं जमलं नाही. आपलं सोहाळं हे कुणाबाऊ गाव सोडून संतू आजऱ्याच्या तालुक्याच्या गावाला आला. आणि त्यामुळंच अत्यंत मजेदार अशा मिश्रणाचं त्याचं जीवन मला बघायला मिळालं.

संतूला सिनेमाचा आंबट शौक आजऱ्यात जडला.

ज्या दिवशी सिनेमाला जायचं असेल त्या दिवशी रात्री संतूच्या हातातील शिकलबाज सुरी सरासर कांदे चिरून मोकळी व्हायची. कांद्याच्या पाकळ्या मिठाच्या पाण्यात मळून त्या मुरतीला घालून, संतू थिएटरची वाट धरायचा. मिळालेल्या पगारातील पैसे खर्चून रोज एकातरी माणसाला आपल्याबरोबर सिनेमा बघायला लावायचा.

हाच संतू, अनंतचतुर्दशीला गावाच्या विठोबाच्या देवळात उभ्या राहिलेल्या सप्ताहाची दिंडी टाळ-मृदंगाच्या गजरात बाहेर पडली की कपाळावर बुक्क्याची बोटं ओढली आहेत अशा थाटात दिंडीत सामील व्हायचा. 'जय जय राम क्रिष्ण हारी' म्हणत लयीत एक पाय मागं-पुढं टाकीत दिंडीत रमून जायचा.

मला आठवतंय. संतूचं लग्न, त्याच्या भज्याची चव चाखलेल्या कदरदान गाववाल्यांनी मोठ्या थाटानं लावलं होतं. मीही त्याच्या लग्नासाठी 'आंबरोळी' या गावी गेलो होतो. लग्न दुसरे दिवशी होतं. आम्ही त्या गावी दहा मैल चालत, रात्रीचे पोचलो होतो. पाटलाच्या वाड्याची सदर असते तशा एका ओट्यावर आमची झोपण्याची व्यवस्था केली होती. पथारीसाठी घोंगडी अंथरलेली होती. रात्रभर आमच्यापैकी कुणालाच झोप आली नाही. काहीतरी एकसारखं अंगाला चावत होतं. डास, ढेकूण, पिसवा यांपैकी काय ते मात्र आम्हाला काही केल्या कळत नव्हतं. काड्याच्या पेटीतील काड्या पेटवून आम्ही ते 'गनिमी' काव्यानं हल्ला करणारे जीव शोधू बघत होतो. थकत होतो.

पहाट झाली आणि अंथरलेली घोंगडी उचलण्यात आली. खाली केसांची काळीशार बिछायत पसरलेली आम्हाला दिसली. संतूच्या पाहुण्यानं न्हावी डुया भादरतो त्या ओट्यावर आम्हाला झोपवून आमची अगदी बिनपाण्यानं केली होती.

एका हातानं शर्टात, बनियनात घुसलेले केसांचे बाण काढण्याचे निष्फळ प्रयत्न करीत दुसऱ्या हातानं आम्ही संतूच्या केसावर अक्षता टाकल्या त्या दिवशी!

आम्ही कचेरीसमोरच्या मोकळ्या पटांगणात व्हॉलीबॉल खेळायचो. संतू किटली आणि कपबश्यांचा साज घेऊन कचेरीतल्या साहेब-कारकुनांना चहाची ऑर्डर पोच करायला यायचा.

खेळाबरोबरच आमचा प्रचंड आरडा-ओरड चाललेला असायचा. तो ऐकताना संतू सैरभैर व्हायचा. त्याचं मूळचं कुणबाऊ मन उचल खायचं. चहाची किटली आणि कपबश्या एका दगडी पायरीवर ठेवून संतू क्रीडांगणात घुसायचा. दुसऱ्या कुणीही व्हॉलीबॉलला तडाखे दिले तरी ते आपणच देतो आहोत अशा कल्पनेनं तो अंगाला मजेदार झटके द्यायचा.

आमच्या व्हॉलीबॉलच्या तुकडीत 'बापू' नावाचा एक, हुकमी जागेवर बॉल 'शॉट' करणारा खेळाडू होता. खेळताना एके दिवशी तो माझ्या कानाजवळ येऊन पुटपुटला, 'राजे, संतूच्या कपबश्यांची लगोरी कशी फोडतो बघा!' आणि बापूनं सांगून सवरून अचूक संतूच्या चार-पाच कपबश्या एका फटक्यात उधळून लावल्या.

त्या दिवसापासून बापू आणि संतूचा संवाद ठरून गेल्यासारखा झाला.

पायरीवरच्या कपबश्यांकडं बघत बापू संतूला दम भरायचा, 'काय संतबा, चहा-भजी देणार काय फुकट?–'

आणि संतू हात उडवून म्हणायचा, 'आरं जाऽ! हो पाह्यज्या तितक्या फोड कपबश्या - पर आमच्या पार्टीवर गेम मारल्याबिगर च्याबी न्हाई मिळायचा!'

पण बापूच्या बिजलीसारख्या खेळावर खूश झालेला संतू खरोखरच एकट्या बापूला फुकट चहा-भजी खिलवायचा.

दसऱ्याच्या दिवशी संतू फार मजेदार पेहराव करायचा. पांढराधोट लेंगा, त्यावर शानदार शर्ट, कोट आणि मस्तकी शेमलेबाज फेटा. त्या फेट्यात खुपसलेले पिवळे रसवंत कोंभ असायचे. त्या वेषात त्याला बघितलं की पटायचं नाही की संतू हा 'कुणबी' आहे.

'सोने घे. सोन्यावानी ऱ्हा. नावासारखा हो शिवबा.' म्हणत संतू माझ्या हाती आपट्याची पानं देऊन माझे हात मायेनं दाबायचा.

त्यानं केलेली सूचना मी पडत्या फळाची आज्ञा मानून 'नावासारखंच व्हायचा' विडा उचलायचा! गणपत देसाई हा एक इदरकल्याणी साथीदार 'सरलष्कर' म्हणून बरोबर घेऊन मी 'लूट' घेऊन यायचा. सर्वोदय केंद्रात पाळलेल्या इंग्लिश कोंबड्यांची अंडी मी आणि गणपत देसाईनं लाटलेली असायची. ती उकडून फस्त करण्यासाठी आम्हाला निवांत जागा हवी असायची. आम्ही

मग संतूच्या हॉटेलातील चुलवणाच्या खोलीत यायचो. खिशातील अंडी संतूनं चहासाठी ठेवलेल्या पाण्याच्या अधणात सोडायचो.

एकदा आम्ही अशी अंडी सोडली आणि संतू लगेच त्या खोलीत आला. फडकं घेऊन त्यानं अधणाचं भांडं चुलवणावरून उचललं आणि ते चहाच्या बंबात ओतलं. मी आणि 'सरलष्कर' गणपा एकमेकांकडं बघतच राहिलो.

संतूनं ओतलेल्या पाण्याबरोबर अंडीही बंबात पडली आणि फुटली! संतू ते पाणी घेऊन तसाच तरातर निघून गेला. अंडी चोरीची असल्यामुळं त्याला बोलायची चोरी होती.

संतूनं त्या पाण्याचा चहा गाळायला सुरुवात केली. चहा पिणारी गिऱ्हाइकं कधी नव्हे ती त्याला म्हणू लागली, 'संतबा च्या उबस मारतोय रे बाबा!' संतूलाही बंबाच्या तोटीतून दुधाच्या सायीसारखे लांबट, पांढरे तंतू का येताहेत ते कळेना. जगातल्या लोकांनी 'एग्ज करी' चाखली असेल, 'एग्ज बिर्याणी'ची चव घेतली असेल पण त्या दिवशी आजरेकरांनी 'एग्ज टी' चा अजब मामला चाखून पाहिला.

संतूला पान खायची भारी खोड होती. दर पाच मिनिटाला त्याला डब्बल चुन्याचं, तंबाखूवालं पान लागायचं. मग गिऱ्हाइकाशी बोलायचा प्रसंग आला की तोंडातल्या पानरसानं संतूच्या तोंडाची फार मजेदार हालचाल व्हायची. सगळा मुखरस खालच्या ओठाचं धरण घालून तटवीत, 'बारा आणे द्या' हे वाक्य तो मान मागं नेत 'बावा ऑअे ज्या!' असं काहीतरी मजेशीर म्हणायचा.

संतू कधी आजारी पडल्याचं मला आठवत नाही. त्याचं कारण होतं तिन्ही हंगामात संतू हिरण्यकेशी नदीच्या थंडगार पाण्याची भल्या पहाटे अंघोळ करून यायचा.

माझी नाटकातील कामं बघून संतू खूश व्हायचा. एकदा त्यानं माझं, 'डॉ. कैलासमधील' काम बघून एका पाकिटात घालून पाच रुपयाचं बक्षीस मला दिलं. पाकिटावर लिहिलं होतं - 'शिवबास!' एका कोपऱ्यात खुद्द संतूचा हस्तलेख होता - 'संतू महादू नरके. हिंदमाता रेस्टॉरंट यांजकडून.'

मी गाव सोडलं आणि संतू माझ्या नजरेआड झाला. मध्यंतरी एकदा गावी गेलो. जाताना मोठ्या उत्सुकतेनं मी गाडीतून उजव्या हाताला 'हिंदमाता रेस्टॉरंट'च्या पाटीवरची केस मोकळे सोडलेली वत्सल बाई दिसेल म्हणून बघितलं. माझी निराशा झाली. हिंदमाता रेस्टॉरंटच्या जागेवर सरकारी खताचं दुकान होतं. ती मोकळे केसवाली बाई आणि संतू कुठं गेली असावीत मला कळेना.

मी गावात चौकशी केली. 'हिंदमाता रेस्टॉरंट' ची आता 'हिंदमाता बेकरी' झाली आहे. संतूनं बऱ्याच दिवसांपूर्वी गाव सोडलं आहे. रेव्हेन्यू खात्यात तो शिपाई

झाला आहे. परवा त्याची माझी कोल्हापुरात गाठ पडली. खाकी कपड्यावर तांबडा आडवा पट्टा घातलेला आहे अशा अवस्थेत. तो तांबडा पट्टा बघताना मला वाटलं माझ्या मनातील संतूवर कुणीतरी आपल्या काळ्या, राकट हातांनी लाल फुली मारली आहे.

कुळकायद्याच्या नोटिशी काढण्यासाठी वापरतात तसल्या पिवळ्या कागदाच्या रंगाची दाटी संतूच्या चेहऱ्यावर मला दिसली. त्या 'हिंदमाता रेस्टॉरंट' च्या पाटीवरील मोकळ्या केसांच्या बाईनं संतूला फसविलं तर नाही ना अशी मला शंका आली.

संतूला घेऊन मी एका हॉटेलात गेलो. अगदी अभावितपणे कांदाभज्यांची ऑर्डर देऊन बसलो. चांगल्या बारा वर्षांनंतरची 'सुधारलेली' भजी आमच्यासमोर आली. ती खाताना आम्ही एकमेकांकडे सहेतुक बघितलं. मला जाणवून गेलं, 'संतूच्या, जीवनाचं भजं काळाच्या कढईत करपेपर्यंत घालून नियतीनं ते आपल्या अज्ञात झाऱ्यानं ढोसलेलं असावं.'

आणि ते खरं निघालं आहे. संतू आज एकटा आहे. रेव्हेन्यूचा शिपाई. माझ्यासमोर खाल्लेल्या भज्यांची मोकळी प्लेट आहे. मी विचार करतो आहे. पोटांत गेलेली ही उडप्याची निःसत्त्व भजी बाहेर काढून, प्लेटमध्ये पुन्हा भरून मला पोऱ्याला ऑर्डर देता येईल का - 'भजी कॅन्सलऽ!'

४.

तुकारामबापू

कवड्याचा झणझणीत रस्सा कधी चाखला असेल तर कल्पना येऊ शकते की किमान दोन तास तरी हाताचा मधुर, प्रेरक वास जाता जात नाही. तशीच काही माणसं आपल्या जीवनात येतात. त्यांची आठवण जाता जात नाही.

अलीकडेच मी कुठंतरी वाचलंय की, ज्याला स्वप्नं पडत नाहीत त्याच्या प्रकृतीत निश्चित काहीतरी बिघाड आहे असं मानसशास्त्रज्ञांनी सिद्ध केलं आहे. मी त्यापुढं जाऊन म्हणेन की ज्याला चारसुद्धा चांगल्या 'आठवणी' नाहीत त्याचं उभं आयुष्य म्हणजे बिघाडाचा कारखाना आहे असं समजावं.

आठवणी या धार लावायच्या दगडासारख्या असतात. मनाचं गंजू बघणारं पातं त्यावर शिकलबाज करून घेता येतं. ज्याला 'काहीच आठवत नाही' असा नायक कल्पून पन्नास पानांचीसुद्धा कादंबरी उभी करणं हे कर्मकठीण काम आहे.

अत्र्यांनी माणसाची एक छान व्याख्या केली आहे, 'हसतो तो माणूस!' तिची थोडी लांबी वाढवून चक्क म्हणावं, 'प्रथम हसत आठवतो आणि मग आठवून हसतो तो माणूस!'

मी ज्या ज्या माणसांना 'प्रथम हसत आठवतो आणि मग जसं जसं आठवेल तस तसा हसतो' त्यातील एक 'तुकाराम बापू'.

'तुकाराम बापू' हे जोड नाव आहे. पण मला मात्र ते एकच वाटत आलं आहे. 'तुकाराम' हे अभंगामुळं आणि 'बापू' हे 'असहकारामुळं' सर्वांना माहीत असलेलं नाव. पण या दोन्ही महामानवांच्या सावलीच्या अंगी असलेलासुद्धा एकही गुण ज्याच्या आसपास फिरकण्याचं धाडस करणार नाही असा हा 'तुकारामबापू'.

शेलाट्या अंगलटीचा, सावळ्या रंगाचा, दाट-काळ्या कुरळ्या केसांचा,

गडबडीत बोलणारा, कातरी शीळ घालणारा, वाईट वाटलं म्हणून नव्हे, आनंद झाला म्हणूनही नव्हे पण 'नेत्रदोष' म्हणून डोळ्यांतून वारंवार पाणी झिरपविणारा 'तुकारामबापू' सगळ्या आजरा गावाला माहीत आहे.

सगळ्या गाड्या निघून गेल्या आहेत या कल्पनेनं आपण निराश मनानं प्लॅटफॉर्मवर उभं असावं आणि धडधडत 'लेट' असलेली डेक्कन एक्स्प्रेस यावी तसा तुकारामबापू माझ्या जीवनात आला आहे.

वास्तविक बापू हा माझ्या थोरल्या भावाचा वर्गमित्र. तो त्याच्या सहवासात अधिक रमायला पाहिजे होता. पण 'बापूजींनी' मागं रेंगाळणाऱ्या माझी हाक थोर मनानं ऐकली असावी. तो रमला माझ्या संगतीत. (खरं सांगायचं म्हणजे बापूंच्या 'धमालघाई' स्वभावाला माझा 'शांत' भाऊ परवडला नसावा. बापूच्या अचाट कल्पना उचलून धरायला माझ्यासारखा 'इदरकल्याणी' साथीदारच हवा होता.)

मला आठवतंय तेव्हापासूनचा बापूचा एक मनचाहा उद्योग अद्याप चालूच आहे. गावातील कुणा बाईबापडीची घागर विहिरीत पडली की तिचं पोर तुकारामबापूच्या घरी येणारच. त्याच्या आईला कळू नये म्हणून चाचरत विचारणार,

"बापू हाऽय?"

"न्हाई ल्येका, बापू श्येताव गेल्याय."

चाळणीतील भात घसाघसा घुसळून टाकीतच बापूची आई ठरीव उत्तर देणार. आणि नेमका बापूच 'सुहाना सफर और ये मौसम हँसीऽऽ' या आपल्या आवडत्या गाण्याचे सूर कातऱ्या शीळेत घोळवीत जिन्यावरून खालच्या सोप्यात टपकणार!

बापूला समोर बघताच मग त्याच्या आईच्या हातातील थोराड चाळण आपोआपच गळून स्टेशन घ्यायची. चाळण थांबवून ती म्हणायची, "तू हाईस व्हय रं बापू? मला वाटलं श्येताव ग्येलास नि."

चाळून चाळून डोक्यावरचा पुढं ओघाळलेला पदर ती हाताच्या झटक्यानं मागं सारायची. आता बापू घराबाहेर पडणार या नापसंतीनं ती आपल्या गोंदल्या हातांनी चाळणीला नुस्ती गरागर घुसळून टाकायची.

बापूला समोर बघताच त्याला बोलवायला आलेलं पोर हरकून जायचं. आपला गनिमी कावा विसरून ते पटकन बोलून जायचं, "बापू आईनं बलिवलंय. घागर काढायची हाय!!"

"आलो हां क्रिष्णा, कुणाच्या हिरीत पडल्येय रं?" बापू सहज बोलून जायचा. बापूच्या आईच्या हातातील सरसरत फिरणारी चाळण गपदिशी थांबायची.

कपाळाला हात लावून ती कुणबी मायेच्या पोटी बापूला कळवळून सांगायची, "ल्येका, नको की रं जाऊ. सापा-किरडाचं, इच्चू-मुंगीचं कशा उतरतूस हिरीत? इस्तू पडू दे ह्येंच्या घागरीवं!"

बापू ते ऐकून पुढं-मागं मान डोलविणाऱ्या खेळणी बाहुलीसारखी एक-दोनदा मान डोलवायचा आणि हसून म्हणायचा, "घावला नागबिग तर घेऊनच येतो. पूज पंचमीला."

सँडॅकच्या स्लिपरचं बटन पायाभोवती कुट्दिशी दाबून बापू आलेल्या पोराच्या खांद्यावर हात टाकून घराबाहेर पडायचा. बापूची आई चाळणीत आपलं कुणबी काळीज टाकून जडावल्या हातांनी ते चाळत राहायची. मनातल्या शंका-कुशंका चाळणीच्या भोकातून झिरपवू बघायची.

विहिरीवर येताच बापू आपले कपडे उतरवून, ठाकठीक घड्या घालून एका साफ दगडावर फुंकर मारून त्या घड्या ठेवायचा.

लंगोट कसलेला बापू बघताना मला गोपीनाथ तळवलकरांच्या 'भिल्लाचा पोर' या कवितेतील, 'तेजदार नागावानी दिसे कोवळा जीव' ही ओळ हटकून आठवायची.

बापूची अंगलट शेलाटी होती. शाळीग्रामच्या काळ्याशार रंगसंपन्न दगडासारखं बापूचं अंग उन्हात तळपू लागायचं. इंग्लिशमधल्या 'व्ही' या अक्षराच्या आकाराची बापूची छाती, बारीक कमरेपासून वर चढलेली बघताना मला फार फार गंमत वाटायची.

लंगोट कसलेला बापू मान वर करून एकदा सूर्याला नमस्कार करायचा. कोल्हापूरच्या खासबाग मैदानात आपली पहिल्या नंबरची कुस्ती ठरलेय अशा थाटात दोन-तीन दणकेबाज शड्डू ठोकायचा! आणि दोराला धरून बापू तीस-चाळीस हात खोलावा असलेल्या विहिरात उतरू लागायचा. तख्तपोशीला चिकटलेल्या पालीसारखा तो दोराला चिकटायचा.

अंधारलेल्या, कोंदट भोंगिऱ्यात बापू लहान होत होत जायचा. दोर लडलड हबकत राहायचा. विहिरीच्या गाभ्यातून आम्हाला बापूची कातरी शीळ एकू यायची- 'सुहाना सफर और ये मोसम हँसीऽ!!' खरखरीत दोरीला धरून, अंधाऱ्या विहिरीत, घागर काढायला उतरणारा बापू कसली 'सुहानी सफर' करायचा हे त्याला आणि त्या विहिरीलाच माहीत!

बापूच्या चाहुलीनं विहिरीच्या कोनाड्यात आसरा धरलेली, पेंगत्या डोळ्यांची, गुब्बार आखडत्या मानेची कबुतरं दचकायची. फडफडाट करीत विहिरीबाहेर उसळून यायची. ती विहिरीच्या तोंडाशी आली की कठड्याभोवती, बापूचा पराक्रम बघायला दाटलेली मुलं दचकून मागं हटायची.

बापू पाण्यात उतरायचा. राळात हात घालून चाचपून चाचपून घागर शोधून काढायचा. पाण्यावर साचलेल्या काटक्या, पानांचा गाळ घागरीत भरायचा. खालून एकसारखे दोरीला हबके देऊन इशारा करायचा. घागर वर घेतली जायची. पुन्हा दोर आत सोडला जायचा. त्याला धरून घामाघूम झालेला बापू विहिरीबाहेर यायचा, नागलोकातून बाहेर पडलेल्या भीमाच्या थाटात!

एकदा बापूनं 'या घागर-उद्धारात' माझी चांगलीच पाचावर धारण बसविली होती. तो नेहमीसारखा विहिरीच्या तळवटात उतरला होता. मी घागर खेचून घेण्यासाठी काठावर उभा होतो. दोरीला हबके देऊन त्यानं इशारा केला. मी सरासर दोर खेचू लागलो. घागर तोंडाशी आली. ती बाहेर घ्यावी म्हणून मी हात घातला. एक फडफडतं कबुतर घागरीतून वर उसळलं आणि हेलपटत उडून गेलं! दचकून मागं हटत मी रहाटाचा हात सोडून दिला! बाणासारखी, जडशीळ घागर विहिरीच्या आत सूर मारत चालली. धडाधड करीत रहाटाच्या हातदांड्या गरगर उलट्या फिरू लागल्या. माझ्या काळजाचं पाणी पाणी झालं. ही घागर आत उतरलेल्या बापूच्या टाळक्यात कोसळणार. मी केविलवाणा कसातरीच ओरडलो- 'बापू घागर सुटलीऽ!'

विहिरीच्या तळात पाण्यावर आदळलेल्या घागरीचा 'धप्प्' असा आवाज आला. पाठोपाठ बापूची मिश्कील कातरी शीळ आली 'सुहाना सफर!' तो कसला महावस्ताद प्राणी होता. घागर सोडतानाच तो तळात एका सुरक्षित कोपऱ्यात जाऊन बसला होता. आणखी एक कबुतर विहिरीतून वर उधळत गेलं. बापूनं घागरीत दोन कबुतरं कोंबली होती. एक सफाईनं उडून गेलं होतं - पण दुसरं गरगरत परत गेलेल्या घागरीतून तसंच खाली गेलं होतं!!

बापूची रास कर्क, मीन यापैकी कुठली तरी असावी. पाणीदार बापूला पाण्याचं वेड आणि ओढ असावी यात नवल काहीच नव्हतं.

बारा महिने बापू अंघोळीला नदीवर जायचा, उन्हाळ्या-हिवाळ्याचं त्याला काही नव्हतं, पण आजऱ्याच्या दाभणधार पावसाळी हंगामातसुद्धा बापूची नदीची अंघोळ कधी चुकायची नाही.

पावसाळ्यात हिरण्यकेशी नदी तास फोडून दुहातीच्या शेतवाडीत पसरायची. गरगरत्या, उसळत्या, लाल पाण्याची लूट घेऊन ती बेफाम धावणी धरायची. तिच्या काठाला उभं राहून तिचं रुद्रमंगल रूप बघताना एक भीतीमय आदर मनात दाटायचा.

हिरण्यकेशीवर 'व्हिक्टोरिया' नावाचा एक ब्रिटिश कारकिर्दीतील भव्य दगडी पूल आहे. पावसाळ्यात नदी फुटली की सगळ्या गावभर बापूचा 'जलतरणाचा' कार्यक्रम कर्णोपकर्णी होत जाहीर व्हायचा.

'बापू नदी फोडणार!' ही भूमका गावभर पसरायची.

लंगोट कसलेला बापू, टैबर नदीच्या काठावर उभा ठाकलेल्या होरॅशसच्या थाटात व्हिक्टोरिया पुलाच्या दगडी कठड्यावर उभा राहायचा. नदीच्या काठानं पुलाच्या कठड्याभोवती पराक्रमलोभी पोरं बापूचा 'पाणसूर' बघायला आपल्या कोवळ्या उरात उत्सुकता, भीती, बापूबद्दलचा आदर दाबून धरीत दाटी करायची.

दणादण शड्डू ठोकून, फेसाळत्या, गर्जत्या, लालभडक नदीला बापू एक अदबमुजरा करायचा.

'जय बजरंग बलीऽ!' अशी आरोळी उठवून बापूचं, शेवरीच्या फोकेसारखं चपळ शरीर पुलाच्या कठड्यावरून उमाळी घ्यायचं. खंड्या पक्ष्यासारखा, बापूच्या लवत्या अंगलटीचा बाण हिरण्यकेशीच्या पात्रात घुसायचा.

सुसाट धावणाऱ्या, लाटांच्या वळ्या उठविणाऱ्या, बघेल तिकडं पसरलेल्या पाणपडद्याआड बापूचा 'खंड्या पक्षी' गायब व्हायचा. 'पाणसूर' बघायला आलेल्या पोरांची काळजं धडधडायला लागायची. बापूला शोधण्यासाठी सगळ्यांचे डोळे हिरण्यकेशीचा धावता 'पाणपडदा' कानाकोपरा धरून झटकू लागायचे.

सूर घेतलेल्या जागेपासून चांगल्या पन्नास हातांवर बापूचं नारळाएवढं डोकं पाण्याबाहेर उठायचं. तुकाराम महाराजांची 'गाथा' इंद्रायणीनं तारल्याचं आम्ही ऐकत आलो होतो, पण साक्षात 'तुकाराम-महाराजच' हिरण्यकेशीनं तारल्याचं आम्हाला प्रत्यक्ष बघायला मिळायचं! आरोळ्याच आरोळ्या उठायच्या -

'तुकाराम बापू कीऽऽ जय!'

लाटांबरोबर धावत जाणारं बापूचं डोकं दिसताच किनाऱ्यावरचे प्रेक्षकगण आपणच 'नदी फोडलेय' अशा आनंदानं टाळ्या पिटू लागायचे. ते बघून उताणा पोहत बापू एक हात उंचावून तो चर्चिलच्या थाटात 'व्ही' सारखा पाण्यातूनच हलवू लागायचा. घळणीच्या लाल मातीत खळणीला आलेल्या खोंडासारख्या रोमांचक आरोळ्या ठोकू लागायचा. सपासप हात चालवीत विरोळ्यासारखा हिरण्यकेशीवर स्वार व्हायचा. 'तेजदार नागावाणी' दिसणारा बापू आणि वारा पिऊन धावणारी हिरण्यकेशी यांची स्पर्धा सुरू व्हायची.

त्याच्या दूर जाणाऱ्या झेपावत्या, उघड्या खांद्याकडं रोखल्या नजरेनं बघताना माझ्या डोळ्यासमोर बापूची भाबडी आई उभी राहायची. तिचे शब्द आठवायचे, 'ल्येका नको की रं जाऊ! सापा-किरडाचं, इच्चू-मुंगीचं कशा जातूस? इस्तू पडूंदे ह्येंच्या तोंडावं!'

बापूची आई या नदीकाठाला आता आली तर! या विचारानं मी थरकून उठायचा.

तशी ती आलीच तर हिरण्यकेशीचे दोन्ही काठ आपल्या गोंदल्या हातांत धरून, तिला घसाघस चाळून काढून बापूला ती अल्लाद काठाबाहेर उचलून ठेवील!! कपाळावरचा ओघळलेला पदर कानामागं सारीत त्याला म्हणेल, 'ल्येका, कवा श्यानपन येनार रं तुला?'

आणि बापू आपली मान मागं पुढं झुलवीत तिला हसून म्हणेल, 'अगं, श्यानपन पाण्यात गडप झाल्यालं ऐकलं म्हणूनच सोधीत हुतो!' असा विचार माझ्या मनात यायचा.

खरं वाटणार नाही पण बापू चांगला इंग्लिश घेऊन पुढं मॅट्रिक झाला. कुणीतरी परीटघडीचा 'पाहुणा' भेटला की बापू ठरीव साच्यातील पण निर्दोष इंग्लिश वाक्यं फेकायचा. नेहमीच्या बोलण्यात 'कुणबाऊ थाटा-माटाचं' बोलायचा.

वाटाण्याच्या हंगामात आमच्या 'वाटाणा चोर' टोळीचा बापू बिनविरोध 'अध्यक्ष' असायचा. थंडीच्या धुकटलेल्या दिवसांत शिवारातले वाटाण्याचे वेल टपटपीत, हिरव्या, रसबाळ्या दाण्यांच्या शेंगांनी लडबडून जायचे. आमची 'तयार' नजर नदीला अंघोळीला जाताना 'डल्ला' मारायला नामी असलेलं 'रान' हेरून ठेवायची.

सूत्रधार 'बापू' सगळी सूत्रं अक्कलहुशारीनं हलवायचा. कुठल्या शिवारांत रखवालीचं खोपट उभं झालंय, राखणदार त्या खोपटात केव्हा येतो हे तो हेरून ठेवायचा.

चांदण्या रात्री आमची 'वाटाणा-मोहीम' सुरू व्हायची. कुंपणाच्या सांदडीतून 'तुकाराम आणि बापू' या दोन्ही नावांना धाब्यावर बसवून आमचा म्होरक्या शिवारात उतरायचा. मागोमाग आमची पलटण मैदानावर उतरायची.

कुठल्याही क्षणाला आपल्या मानेवर एखाद्या काळ्या, केसाळ आणि राकट हाताची पकड बसेल या धास्तीनं वरखाली होत वेल उपटले जायचे. चुणेबाज चांदण्यात वेल काखेत मारून आम्ही हिरण्यकेशीच्या दगडी घाटावर यायचो. संथ वाहणारे हिरण्यकेशीचं पात्र दाट चांदणं चघळीत राहायचं. त्याच्याकडं बघत आम्ही वाटाण्याचे हिरवे, मोतीदार, रसवंत वाटाणे चघळू लागायचो.

बापूच्या पुढच्या दातांनी एकमेकांचा सहवास स्वीकारायला असहकार केला असावा! त्याच्या दातांत जाणवतील एवढ्या अंतराच्या फटी होत्या! त्या फटींमुळं बापूला वाटाणे काही चटाचट खाणं जमायचं नाही!

आम्ही आपली चंदी फस्त करून बापूजवळ सरकायचो 'त्याचं काय हाय बापू, तुझ्यासारखी पुढं घुसायची छाती नाही कुणाची!' म्हणत आमचे बिलंदर हात त्याच्या हातांतील वेलांना हळूच बिलगायचे. बापू खुलून जाऊन बोलतच राहायचा. आम्ही 'हां, हूं', म्हणत हिरवी टरफलं उकलून वाटाणे रिचवीत

राहायचो. बऱ्याच वेळानं 'मामला' बापूच्या लक्षात यायचा.
'व्वा रे बिंड्यांनो, चोरावं मोरच झालासा की!' म्हणत बापू वेलांसह गप्‌दिशी उठायचा. पटापट पायऱ्या उतरत समोरच्या पात्राकडं जायचा, 'गंगे हे भागिर्थी!' म्हणत हातातले वेल नदीत फेकून द्यायचा.
शिडशिड्या अंगलटीचा बापू शिवजयंतीला होणाऱ्या नाटकात खानाची भूमिका करायचा. आपलं किरकोळपण झाकून टाकण्यासाठी तो खांद्यापासून ओघळती अशी हिरवीशार खोळ जादूगारासारखी घालून स्टेजवर वावरायचा. पुढच्या दातांत फटी असल्यामुळे बापूचे बोतरे संवाद प्रेक्षकांना कळायचे नाहीत. 'मजल दरमजल करीत आपण राजमाचीपर्यंत तरी येऊन पोचलो राणोजी!' एवढं पल्लेदार वाक्य बापूच्या उच्चारामुळं प्रेक्षकांच्या गळी उतरणं शक्य नव्हतं, मग बापू मेंढ्या धनगरासारखी तळहाताची झड कपाळावर चढवून गॅसबत्तीखालून प्रेक्षकांच्या मागे नजर फेकीत आपण खूप पल्ला चालून आलो हे त्यांना 'ॲक्शन'नं पटवून द्यायचा. आपण 'खान' आहोत हे प्रेक्षकांच्या मनातून कधीच सुटू नये यासाठी गमनं लावलेल्या दाढीवर ऐटदारपणे हात फिरवायचा. इतर पात्रांचे संवाद सुरू असले तरी बापूचा 'दाढी अभिनय' चालूच राहायचा.
जसा बापू विहिरीत खोल उतरायचा तसाच कुणाच्याही लग्नाचा मंडप उभा करण्यासाठी मेढीवरून उंचही चढायचा. आपण खुद्द मांडवाखालून जाण्यापूर्वी म्हणजेच विवाहित होण्यापूर्वी बापू कैकजणांच्या मांडवावर गेला होता. हातात सुंबाची भेंडोळी घेऊन कळकाच्या खांबावर बापू हलक्या अंगानं वानरासारखा चढायचा. चारी बाजूचे कांब, सुंबाची वीण देत काठ्यांनी जोडून चौक तयार करायचा. मांडवावर चारी बाजूला ताडपत्री पसरायचा.
एकदा बापू असाच एका लग्नमंडपावर चढला. तो मंडप गोवा-मुंबई या ऐन रहदारीच्या रस्त्यावर होता. बापू कातरी शीळ घालीत, सुंबाचे पीळ देत काठ्या कळकावर एक एक हाताच्या अंतरानं गुंफत चालला होता. दोन खांबाच्या मध्ये आडव्या असलेल्या कळकाच्या मधोमध तो आला आणि काय होतंय हे बापूला कळायच्या आत 'कुरकुर' असा आवाज करीत कळक पिचला. गपदिशी तो कळक खचला. काठ्या आणि कळक यांचा एक झुलता पूल तयार झाला. बापू त्यात सिताब अडकला. त्याला एवढ्या उंचावरून खाली उडी मारता येईना. मंडपाच्या दोन्ही उभ्या खांबांकडं तो जाऊ शकत नव्हता. इतक्यात गोव्याच्या दिशेनं 'धुई धुई' करीत शिगोशीग माल भरलेला एक प्रचंड ट्रक आला. सगळ्यांच्या तोंडचं पाणी पळालं. ट्रक ड्रायव्हरला खचलेला मंडप आणि बापू दिसला नाही तर तो ट्रकच्या धुडाबरोबर बापू आणि मंडप घेऊन जाणार!
'बापू, उडी ठोक!' खालची माणसं गलबलून ओरडली. एवढ्यात बेफाम

धावणारा ट्रक मंडपाच्या अगदी जवळ आला. बापूनं ट्रकच्या काचेतून दिसणाऱ्या ड्रायव्हरकडं बघून एक हात नाचवीत दुसऱ्या हाताच्या बोटानं केवढीतरी कर्कश शिट्टी घातली. ड्रायव्हरनं दचकून अर्जंट ब्रेक मारले, चाकं वळवली. अगदी नेमका कळकाला चिकटून ट्रक उभा राहिला.

पटदिशी ट्रकाच्या टपाला बिलगून बापू चलाखीनं ट्रकावर गेला. मागच्या बाजूनं खाली उतरून दोन्ही हात उंचावून म्हणाला, 'हां, जांदे थर्डमें!'

आपल्या केबिनमधून खाली उतरलेल्या ट्रक ड्रायव्हरचं मंडपाकडं बघताच पाणी पाणी झालं. त्याला तिथं बापू दिसला नाही. काय चमत्कार झाला तेच त्या बिचाऱ्याला कळेना.

"कहा गया वो बंदर? नीचे तो नही आया!" ड्रायव्हर वैतागून बोलला.

"नीचे नही पीछे है!" म्हणून बापू त्याच्या पाठीमागं मिश्कील हसत उभा होता.

"हात्तेरेकी. साला हमारी जान उड गयी." ड्रायव्हर बापूला खालीवर नजरेनं चाचपत तो जिवंत आहे याची खात्री करीत म्हणाला.

बापूच्या रयतावा करणाऱ्या घरात दसरा हा सण मोठ्या थाटानं साजरा व्हायचा. दरवर्षी एक बकरं पडायचं. बापू मग खांड्याच्या जेवणाचं आमंत्रण देत फिरायचा. मलाही आमंत्रण यायचं.

बापूचे तात्या - म्हणजे वडील, हे एक महाचेंगट गृहस्थ होते. दसऱ्याच्या बकऱ्याच्या रश्यात ते दाबून त्रिफळ्याचं चूर्ण हमखास घालायचे! त्यामुळे पहिल्या भुरक्याला रस्सा झणझणीत लागायचा. तात्या त्या वेळी पंक्तीतून फिरत हसत हसत नाव घेऊन एकेकाला विचारायचे, 'हां, कसा झालाय रस्सा लक्सू तात्या?'

जेवणाऱ्यातले कितीतरी लोक माना डोलवीत बोलायचे - 'झॅक झालाय तात्या. झनझनीत!'

आणि पाच मिनिटांतच पंक्तीत निरनिराळ्या आवजांचे सुरके उठू लागायचे. पाणावलेली नाकं वर ओढताना जेवणाऱ्यांच्या नाकी नऊ यायचे. भाजलेल्या जिभांमुळं चटकन पाणी मागायला माणसाला सुधारायचं नाही. 'हाऽ हू!' करीत तो काहीतरी बोलण्यासाठी वाढप्याला हातानंच आपल्याकडं बोलवायचा. आणि पंक्तीवर नजर ठेवीत फिरणारे तात्या जेवणाऱ्याला आग्रह करीत वाढप्याला सांगायचे, 'अरे घाल, रस्सा घाल लक्सू तात्याला!' पाण्यासाठी उतावीळ झालेल्या माणसाच्या पानात पुन्हा रस्सा वाढला जायचा.

अशा वेळी बापू पटकन घरात जाऊन माझ्यासाठी पेलाभर पाणी घेऊन यायचा. ते माझ्या समोर ठेवताना हळूच पुटपुटायचा, 'रस्सा ठेव तसाच दुसरा आणतो.' आणि बापू पंक्तीत कुणालाही कळणार नाही अशा सफाईनं मला कोंबडीचा

रस्सा आणि भरपूर मटण वाढून कातरी शीळ घालायचा, 'दाने-दानेपे लिखा है-खानेवाले का नाम!' आणि डोळे मिचकावून आत निघून जायचा.

बापू मॅट्रिकची परीक्षा पास झाला आणि त्याच्या तात्यांनी त्याला हाजगोळी या गावी आपल्या खास शेतीची देखभाल करण्यासाठी नेमलं. हाजगोळी आजऱ्यापासून दोन-चार मैलांवर आहे. रोज बापू सकाळी हाजगोळीला जायचा. संध्याकाळी पुन्हा आजऱ्यात परतायचा.

कुठलातरी वर्गमित्र गाठ पडली की त्याला विचारायचा, "काय बापू, कुठल्या कॉलेजला आहेस आता?"

बापू त्याला हसत म्हणायचा, "आम्ही हाय ॲग्रिकल्चर कॉलेजला. हाजगोळीच्या!"

मी गाव सोडून कोल्हापूरला आलो आणि बापू मला नेहमीसारखा भेटणं हुकलं. होमगार्डात भरती झाल्यामुळं कँपच्या निमित्तानं बापू कधी कधी कोल्हापुरात येतो. त्याच्याबरोबर चहा घेताना साऱ्या जुन्या आठवणी उजळून निघतात. चहाचं बिल देण्यासाठी मी लगबगीनं पुढं व्हायला लागलो की माझे दंड घट्ट पकडून बापू मला गावरान, मोकळ्या बोलांत सुनावतो, "ठाऊक हाय मोठ्ठा लेखक झालास ते! पुस्तकाचं पैसं खुळखुळत्यात काय? ठेव जा मोडक्या बँकेत."

मी ते ऐकताना गप्प बसतो. बापूला माझी 'परिस्थिती' माहीत नसते.

आता बापूचं लग्न झालं आहे. त्याला मुलं झाली आहेत. तोंडात 'नव्या युगाची' गंभीर भाषा त्याला नकळत घुसली आहे. त्याची कातरी शीळ मात्र आहे तशीच आहे.

प्रत्यक्ष अटल बिहारी बाजपेयींना जुना बापू ऐकविला तर खरं वाटायचं नाही - पण - पण बापू आज तालुका जनसंघाचा अध्यक्ष आहे!!

वाटाण्याचे वेल लाटणारा, ऐतिहासिक नाटकात खानाची भूमिका करणारा, विहिरीतील घागरी काढणारा, मंडपावर चढणारा बापू, 'फाळणी, निर्वासित, पूर्व बंगाल, पुचाट सरकार' असे शब्द उच्चारायला लागला म्हणजे मला गंमत वाटते.

त्याला डिवचावं म्हणून मी म्हणतो, "बापू पणतीचं काय येत नाही हां!"

आणि आपल्या पक्षाच्या विरोधी असलेल्या सगळ्या पक्षांचा जणू मी अध्यक्षच आहे अशा कल्पनेनं बापू माझ्यावर चालून येतो!

"तुम्ही - तुम्हीच केलंय रे देशाचं वाटोळं!" म्हणत माझ्या पाठीत एक सणसणीत रट्टा ठेवून देतो.

मला बापूच्या आईचे शब्द आठवतात, 'ल्येका, कशा जातूस सापा-किरडाचं,

इच्चू-मुंगीचं! इस्तू पडू दे यांच्या घागरीवं!'
मला बापूला कळवळून सांगावंसं वाटतं, "बापू कशाला जातोस राजकारणात? तिथं साप-किरडं खच्चून दाटल्यात! इस्तू पडू दे त्येंच्या राजकारणावर!' पण मी काहीच बोलत नाही, खरोखरच मला काही बोलता येत नाही. फक्त वाटतं - 'बापूच्या आईनं एक भली मोठी चाळण आपल्या गोंदल्या हातात घ्यावी. त्या चाळणीत या देशातील तमाम माणसं घालून चाळण घसाघस घुसळावी. वर राहील तो सगळा राजकारणी लोकांचा भूस 'इस्तू पडू दे ह्येंच्या तोंडावर!' म्हणत सरळ हिंदी महासागरात फेकून द्यावा!! त्या प्रचंड चाळणीत बापूभोवती दाटलेली राजकारणाची सगळी कात अडकून पडावी. एका लहानशा भोकातून जुना रानभेरी बापू हळूच खाली टपकावा. आणि मी त्याचा हात धरून धुक्यानं दाटलेल्या, दहिवरलेल्या शिवाराकडं दाट चांदणं माथ्यावर घेत निघून जावं - आज आणि आताही सरळ सरळ वाटाण्याचे रसबाळे वेल लाटायला!!"

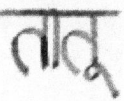

५.

तातू

माझ्या गावाला सवता असा गौळवाडा नाही. गावात गवळ्यांची चार-पाच घरं आहेत. त्यातील दोन-तीन घरं माझ्या घराशेजारी आहेत. त्यामुळं 'शेजारपणाच्या' नात्यानं गवळ्यांची अशी वेगळी जीवनवाट मला बघायला मिळाली आहे. गवळ्यांच्या बायका मेणमळल्या कुंकवाची आडवी बोटं कपाळी मिरवतात. जनावरांची उस्तवार करायची असल्यामुळं त्यांच्या सुताडी लुगड्यांचा काचा नेहमीच कसलेला असतो. दागिन्यांचा त्यांना खूप सोस असतो. गवळ्यांच्या घरांना नकळतच एक 'भरलेपण' प्राप्त झालेलं असतं.

विश्वास बसणार नाही - पण गायी-म्हशींच्या मलमूत्राला धरून एक विचित्र 'सशक्तपण' गवळ्यांच्या घरांत नांदत असतं. गोठ्यात घुमणाऱ्या गुब्बार घंटानादांनी रानवट आणि नागरी मिश्रणाचं मजेदार संगीत त्या घरांना जोडून दिलेलं असतं. हिरव्या, रसवंत चाऱ्याचा, आमोणाचा आणि धारबाज ताज्या दुधाचा वास एकमेकांत गुंतवा करून गवळ्यांच्या घरात पसरलेला असतो. गवळी घर, रान आणि गाव यात रमलेला असतो.

नाही म्हणायला माझ्या घराशेजारी असलेली एकच गवळण मी अशी पाहिली की, ती 'गवळण' तर वाटत होतीच. पण त्याहून अधिक असं काहीतरी तिच्यात निश्चित होतं. तिला गाववाले 'तातू' म्हणत.

'तातू' हे बाईचं कुठल्या प्रकारातील नाव आहे, मला माहीत नाही. पण माझा अंदाज आहे तिच्या नवऱ्याला 'तात्या' म्हणत असावेत आणि त्यावरूनच तिला 'तातू' हे नाव पडलं असावं.

तातूच्या गळ्याला कसली तात लागली आहे हे तिच्या कपाळाकडं बघितलं की, कुणालाही कळून येत होतं. तिच्या कपाळी कुंकवाची आडवी बोटं मला

कधीच दिसली नाहीत. तातू उरात कसल्या जीवशक्तीचा तंतू घेऊन जगत आलीय, हे मला कळलेलं नाही - आजही!

जवळजवळ वीस वर्षं झाली. गवळ्यांच्या रानाकडं जाणाऱ्या, कधीच न बदलणाऱ्या पायवाटेसारखी तातू आहे तशी आहे.

पत्थरी काळ्या रंगाची, सडसडीत उभार नाकाची आणि टपटपीत डोळ्यांची. काहीच न बोलणारी, विधवा. तिच्या कपाळावरचे, कधीकाळचे गोंदलेले हिरवे व्रण कळकले नाहीत. गेली वीस वर्षे तातू आपल्या पंधरा-वीस म्हशींच्या तांड्यात त्यातलीच एक थोराड, जाणती म्हैस म्हणून जगते आहे - एकटी!

म्हशी बदलल्या आहेत. जुन्या जाऊन नव्या आल्या आहेत. तातू बदललेली नाही. ती जुनी झालेली नाही. नवी होण्याची तिची इच्छाच नाही.

कशानं गेला, कसा गेला, कोण होता आणि कसा होता हे तातूच्या नवऱ्याबद्दल मला काहीच माहीत नाही. पण काहीतरी विलक्षण घडून तो गेला असला पाहिजे. कारण त्या क्षणाला तातूनं चेहऱ्यावर जी एक विशिष्ट भावनेची ओढणी धरली आहे ती आजही बदललेली नाही.

तातू दुर्मुख नाही - तातू हसतमुख नाही. 'व्हेन दे ब्रॉट हर वॉरिअर डेड' या इंग्रजी कवितेत उभ्या असलेल्या नायिकेसारखी तातू आतून सुन्न आहे. एक नाही, चांगली गेली वीस वर्षे!

तिच्या घरात कोणीच पुरुषमाणूस नाही. पदराला मूल-बाळ नाही. भल्या मोठ्या गवळट घरात पंधरा-वीस म्हशींच्या सोबतीत तातू वावरते.

तातूच्या घरासमोर मळिकांची मोठी दगडी विहीर आहे. उन्हाळा असो, पावसाळा असो, हिवाळा असो रात्री बाराच्या पुढं तातू एक घागर काखेत आणि एक हातात, अशी त्या विहिरीवर येते. चाळीस-पन्नास घागरी पाणी ती एकटीनं भरते. आपल्या सख्यांच्यासाठी - म्हशींच्यासाठी!

कधी-कधी सिनेमा बघून परतताना मी तातूला विहिरीवर पाणी भरताना पाहिलं आहे. एकदा तर मला वाटून गेलं, तातू श्रावणासारखी आहे. कुणीतरी तहानलेलं आहे या तगमगीनं भराभर पाण्याच्या घागरी वाहून नेत होती.

तातूनं मध्यंतरी 'जानू' या नावाचा एक गवळी पोरगा दत्तक घेतला होता. पण त्याचा खून झाला आणि तातूनं मनाशी खूणगाठ बांधली - माणसांशी आपलं नातं काही जुळायचं नाही. मग तर ती म्हशींना अधिकच बिलगली.

कधी कधी माझ्या मनात विचार येतो - तातू एकटी आहे हे बघून एखादा चोर तिच्या घरात शिरला तर! तर ती गाठीचं सगळं धन त्याच्या हवाली करून हात जोडून त्याला सांगेल, 'माज्या म्हसरांस्नी ढका लावू नगो. जा बाबा.' आणि पोलिसस्टेशनवर जाण्याऐवजी ती घागरी घेऊन मळिकांच्या विहिरीवर

जाईल.
सांजेच्या वेळी विरजण मागायला आलं की, कुणी ते देत नाहीत. एखादी चुकार पोर अशा वेळेला तातूकडे विरजण मागायला आलीच तरी ती 'नाही' असं तिला म्हणायची नाही. वेगळाच मार्ग शोधून काढायची.
'ठीव त्ये भांडं आन् आईकडनं दूदच घिऊन ये हकडं.' म्हणत ती त्या पोरीला तिच्या घराकडं पिटाळायची. तिच्या आईनं पोरीबरोबर पाठवून दिलेल्या दुधाचं विरजण आपल्या घरी लावायची.
दुसऱ्या दिवशी बर्फागत गोठवा झालेल्या दह्याचं भांडं त्या बाईच्या घरी तातूकडून पोच व्हायचं. त्या बाईला कधी कळायचं नाही की, दिल्या दुधाच्या मानानं दही वधारून आपल्या घरी कसं आलं आहे. तातूनं तिच्या दुधात आणखी एक माप फेसाळ आकडी दूध मिसळलेलं असायचं.
म्हशींची उस्तवार साऱ्याच गवळणी करतात. तो त्यांचा एक विसावाच असतो. पण हातात तळपता, शिकलबाज वस्तरा घेऊन, थंडीच्या दिवसांत कोवळ्या उन्हाला धरून आपल्या म्हशी बोडणारी गवळण तातूशिवाय दुसरी मी अद्याप बघितलेली नाही. अशा बोडलेल्या, काळ्याशार, शाळीग्रामी पाठीच्या म्हशीवरून, माशा बसू नयेत म्हणून गोड्यातेलाची बोटं फिरवणारी तातू पाहिली की मला वाटायचं, 'खरंच तातू आपल्या वयात आलेल्या पोरींचे केस सावरीत तर या उबदार उन्हात बसलेली नाही ना?'
चैत्र पाडव्याला गावात म्हशींच्या शर्यती व्हायच्या. सगळे गवळी मढेचाफ्याच्या फुलांच्या माळांनी शिणगारलेल्या, शिंगांची रंगोटी केलेल्या आपल्या निवडक चलाख म्हशी शर्यतीच्या धावेवर इरेनं आणायचे. तातूच्या एक-दोन म्हशीच त्या रोमांचक दौडीत सामील व्हायच्या.
एखाद्या पोराच्या मदतीनं तातू आपली जनावरं घेऊन शर्यतीच्या, राखेनं आखलेल्या पट्ट्याजवळ पदर खोचून उभी राहायची. तिचं उजाड, जनानी कपाळ मिश्याधारी, अकडबाज गवळ्यांना आव्हान देताना दिसायचं. म्हशीच्या गळ्यातील फासबंद नेटानं आवरीत दौडीला उतावीळ झालेल्या, फुसकारणाऱ्या आपल्या जनावरांना तातू विचित्र भाषेत चुचकारून सावरायची.
लाल, चक्री पागोटं बांधलेला, सगळ्यात म्हातारा पुंडलीक गवळी 'पंच' म्हणून राखेच्या पट्ट्याजवळ उभा राहायचा. झायली करीत पट्ट्याच्या पुढं आलेल्या म्हशी मागं घेण्यासाठी गवळ्यांना दटवायचा. 'मुर्दाडांनू, फाट्याच्या की रे
मागं घेवा जनावरं! त्यी तातू बगा रॅसभर तरी म्होरं जाऊ देती का आपली म्हसरं!'

कशीबशी ती दहा-बारा धिप्पाड धुडं पट्ट्याच्या मागं घेतली जायची. पुंडलीक गवळी आपल्या उजव्या हातातील घुंगरू जडवलेली गवळीकाठी पागोट्याच्यावर उंच उचलून धावणीच्या जनावरांवर एक सरसरती नजर फिरवून घ्यायचा. आपले पांढरंधोट कानकल्ले थरकवीत, हातातील गवळीकाठीचे घुंगूर छळकवून टाकीत काठी झपाट्यानं खाली घेत मोठ्यानं ओरडायचा - 'गोपाल किसना झाऽऽ!'

वळीवाचे काळेशार ढग गर्जत धावतात तशा शर्यतीच्या म्हशी हंबरत, चौखुरावर उड्या घेत, ओठाळींतून फेसांच्या तारा सोडीत बेफाट धावू लागायच्या.

तातूचा पढाऊ मदतनीस पोरगा तातूच्या म्हशींच्या पुढं काळ्या घोंगडीचा 'बूल-फायटर्स' झुलवितात तसा पडदा झुलवीत. 'हाऽ रणभीरऽ, हाऽ बिजली' अशी म्हशींची नावं घेत दौडू लागायचा. धुळीचे लोळ उसळू लागायचे.

शर्यती बघायला लोटलेला गाव वेड्यासारखा म्हशींच्या बाजूंनी धावू लागायचा. बेफाट झालेली पोरं एकमेकांत अडखळून कोसळायची. आंब्याच्या, पिंपरीच्या घेरावर उठलेली लुसलुशी पालवी थरकू लागायची.

क्षणात राखेचा पट्टा ओस पडायचा. सासरी जाणाऱ्या आपल्या पोरीकडं आईनं बघावं त्या डोळ्यांनी दौडत दूर जाणाऱ्या म्हशींकडं तातू बघत ऱ्हायची. चिंतावला भाव तिच्या चेहऱ्यावर पसरून जायचा.

"तुजी रनभीर बाजी हाननार तातू. कशा जीव टांगत्यीस?" पुंडलीक गवळी तातूकडं बघत म्हणायचा.

"न्हाई पुंड्यादा, त्येचं काई न्हाई गा. पर त्यो मल्ल्या हाय पळतीत. काटी बिटी घालील रनभीरच्या खुरात आडवी भाड्या!" तातू मनची चिंता बोलून दाखवायची.

गावदैवत असलेल्या रवळनाथाच्या देवळाला वळसा भरून शर्यतीच्या म्हशी परतायच्या. रानवारा प्याल्यासारखी सर्व म्हशींच्या दहा हात पुढे आपली 'रणभीर' दौडत येताना पाहून तातूचं गोंदलं, हिरवं कपाळ लखलखून उठायचं. डोळे तळपू लागायचे. खोचला पदर ती नकळत पुन्हा खोचायची.

पुढं होत मुसमुसणाऱ्या रणभीरच्या गळ्यातील फासबंद मुठीनं धरीत तातू तिच्याबरोबर तशीच कासराभर पुढं पळायची. लोहाराच्या भात्यागत रणभीरचं घामेजलं थोराड अंग धपापू लागायचं. तिच्या मुस्काडाला गाल घाशीत तातू भरून जायची. रणभीरच्या ओठाळीतील फेसाच्या तारा तातूच्या गालांना बिलगायच्या.

ते दृश्य बघताना मला उगाच वाटायचं. 'रणभीरला सामोरं जाऊन जवळ घेणारी

तातू ही एक म्हैसच आहे. तिच्या गळ्यात शेकडो घुमऱ्या घंटा बांधल्या आहेत. त्या किणकिणताहेत - 'माज्या लेकीऽ, दमलीस न्हवं!'

शर्यत जिंकणाऱ्याला मानाचा म्हणून कोशा पटका असायचा! गवळी तो बदलून तातूला पातळ द्यायला तयार नसायचे. मग विधवा असून, बाई असून पुंडलीक गवळ्याकडून तातू कोशा पटक्याची घडी खांद्यावर टाकून घ्यायची. रणभीरचा फासबंद धरून ताराराणीच्या टेचानं आपल्या घराकडं जायची.

त्या रात्री बराच वेळ तातूच्या गोठ्यातील कंदील पेटता राहायचा. 'कुठल्या भाषेत आणि कशी तातू आपल्या रणभीरशी बोलत असेल?' याचा अंदाज लावताना मी हैराण व्हायचो.

एकदा तातूनं बालवाडीतील मुलं पावडरचं दूध पितात हे बघितलं. कधीच कुठल्या ऑफिसात न गेलेली तातू बालवाडीच्या मुख्याध्यापिकेच्या खोलीत गेली. जमिनीला डोळे जोडून चाचरत म्हणाली, "बाई, ल्येकरं बनोटीचं दूध पित्यात. माझ्याकडं रोजाला याक याक लावून द्या. म्या पाजीन गिलास कसाचं दूद त्येस्नी."

बालवाडीतील पोर उभं राहून दूध प्यायला लागलं की, तातू त्याला मायेनं म्हणायची, "आरं, गोरस ह्या त्यो. हुब्यानं पिऊ ने. टेक खालतं."

तातूनं पायात चपला घातल्याचं मी कधी पाहिलं नाही. ती धरित्रीसारखीच होती - अनवाणी आणि सोशिक. आस ढळला तरी फिरतच राहाणारी. स्वच्छ घासलेले रतिबाचे तळपते, पितळी गडवे घेऊन तातू रोज सकाळी जेव्हा घरोघर दूध घालायला बाहेर पडते तेव्हा वाटतं की, तिच्या प्रत्येक गडव्यात एक-एक लखलखीत सूर्यच तिनं भरलेला असावा.

गेल्या निवडणुकीत एका पक्षाचा प्रचारक तातूच्या गवळट घरात मताच्या आशेनं घुसला. तो कशाला आला आहे हे विचारण्यापूर्वी तातू नेहमीप्रमाणं त्याला म्हणाली, "दूद न्हायी बाबा शिलकीला!"

"दूद नगो. मत द्याय चल." प्रचारक म्हणाला.

"आमी काय उंडग्या हाय व्हय रं...?" म्हणत तातू त्याच्या अंगावर मारकट म्हशीसारखी धावून गेली. त्यानं तिला काही पटवायच्या आत त्याला दाराबाहेर ढकलून तिनं दरवाजाच लावून घेतला.

त्या कार्यकर्त्यानं 'मत' म्हणजे काय हे तातूला पटविलं असतं तरी तिनं उत्तर दिलं असतं, 'घोड्याला, हत्तीला, बैलाला देण्यापरीस मी माजं मत माज्या म्हशीला दिन!'

तातूच्या गाठीला साठवणीचं खूप धन असावं. ते लाटायला बघावं म्हणून एखादं गवळ्याचं हुन्नरबाज पोर तिच्याशी मायेनं लाडात यायला बघतं. तातू

आपल्याला दत्तक घेईल या होऱ्यानं तिच्या आगं-मागं घुटमळतं. तातू त्याचा बेत हेरून त्याला चांगला मनाजोगा राबवून घेते. मोका बघून एके दिवशी आपल्या जुन्या ट्रंका त्याच्या समोर खोलून आतली धडुती भराभर बाहेर काढून टाकीत त्याला फटकारते, 'आरं, काई न्हाई माझ्याजवळ. का उगं हाव लावलियास.' म्हशीच्या भिजक्या शेपटीचा तडाखा तोंडावर बसल्यागत पोरगं वरमतं. गावभर जाहिरात करीत फिरतं. 'आयला, हूं म्हून म्हसरं बाळगती पर हातावर घेतल्यालं पैसे दियाची वासना न्हाई रांडमुंडंची!'

तातूला माहीत आहे, भोवतीचे गवळी आपले वैरी आहेत. फक्त म्हशी आपल्या मैत्रिणी आहेत. ही मैत्री एकमेकांत इतकी रुजून गेली आहे की, म्हशींची भाषा तातूला पटकन कळते. एकदा तिच्या हातातोंडाशी आलेल्या, पहिलं वीत झालेल्या एका गुणवान म्हशीला रानात चरताना सापानं धरलं. तो साप विचित्र जातीचा असतो. जनावरांचे मागचे दोन्ही पाय आपल्या बळकट विळख्यांनी जखडून टाकून तो त्याला एका जागी खिळवून उभे करतो. मग आचळाला डसून चक्क दूध पितो! असा साप डसला की जनावराच्या कासेत विचित्र फरक पडू लागतो. सगळ्या रक्ताच्या गुठळ्या व्हायला लागतात. आचळं तटतटतात, पण ती रक्ताच्या गुठळ्यांनी! त्या खाली पडत नाहीत आणि मुस्कटावर केविलवाणेपण घेऊन जनावर कुचमायला लागतं.

तातूनं आपली म्हैस अशी कुचमताना बघितली. हर जातीचं दवापाणी तिनं आपल्या हातानं केलं. उपयोग होईना. शेजारी-पाजारी न विचारला तरी तिला सल्ला देऊ लागले. 'तातू, विकून टाक ती म्हैस कसायाला आता.'

तातूनं ती म्हैस विकली नाही. खूप हाल सोसून त्या म्हशीनं तातूच्या गोठ्यात, आपल्या मालकिणीकडं बघत मान टाकली आणि नवरा गेला तेव्हा रडली असेल तशी तातू त्या दिवशी त्या म्हशीसाठी रडली. सगळं गाव तातूच्या घराभोवती जमा झालं.

तातूचं सांत्वन करायला कुणाला काही सुचावं असा तो प्रसंगच नव्हता. दहा-बारा ताठ गडी त्या म्हशीला गोठ्याबाहेर काढायला पुढं झाले. त्या म्हशीच्या मागच्या पायावर सापानं 'घोडमिठी' मारली त्याचे ठसठशीत वळ होते. त्या वळांकडे हात नाचवीत, कुणाचंही काळीज गलबलून निघावं असं भरल्या आवाजानं तातू घोगरट म्हणाली, 'बगा, माज्या लेकीच्या गळ्याला कसा फासका लावला दावंदारानं!'

ओपेला आलेली एक म्हैस घेऊन तातू तिला एकदा रेडा दाखवायला आली. माजाला आलेलं ते जनावर अंगाअंगाचा कणन्‌कण थरकवीत हंबरत होतं. तातू तिला उगी करण्याचा प्रयत्न करीत होती. 'रेडा दाखवून' घायाळ झालेल्या

आपल्या म्हशीला ताब्यात घेताना तातूच्या डोळ्यात विचित्र भाव उतरले होते. अत्यंत मायेनं तिचा विधवा हात त्या सवाष्ण म्हशीच्या खुब्यावरून फिरत होता. मातृत्व हे केवळ अपत्यप्रसवावर अवलंबून नाही. मातृत्व हा स्त्रीचा तिच्या स्त्रीपणाला धरून बसलेला स्थायीभाव आहे, असंच कुणालाही त्या तातूकडं बघताना वाटलं असतं.

तातूच्या जीवनाला असे अनेक रंग आहेत. रासबाळ्या, हिरव्या चाऱ्यासारखी ती सतेज आहे. मुरलेल्या आमोणासारखी ती कोंदट आहे. फेसाळल्या, धारबाज दुधासारखी ती शिगोशीग वत्सल आहे.

गोपाळांचा नायक नंद निघून गेल्यावर जसं यशोदेचं झालं असावं तसंच या तातूचं उभं आयुष्य आहे. ज्या जीवशक्तीचा तंतू उरात घेऊन तातू जगते आहे तो मला कधीच कळला नाही. कुणालाही तो कधी कळणार नाही. समाधान एवढंच आहे की आजही अशी तातू मला बघायला मिळते.

६.

टी.डी.

काही माणसांची नावं अशी का असा विचार आपण करीत नाही. सहजच ती आपण स्वीकारलेली असतात. दैनंदिन व्यवहारात ती आपल्या जिभेवर रुळून गेलेली असतात. संगीतात आर.डी. किंवा एस.डी. बर्मन, तर क्रिकेटमधला सी.के., अगदी आंतरराष्ट्रीय क्षेत्रातला म्हणायचा तर इंग्रजी काव्यातला टी.एस. एलिएट. या नावातल्या आद्याक्षरांचा आपण कधी फारसा तपास करीत नाही. घराच्या खिडकीतून आलेली कोवळी प्रकाशकिरणे जशी आपण नकळत स्वीकारलेली असतात, तशीच ही अशी अनेक नावे आपण नकळत स्वीकारलेली असतात. प्रत्येक व्यक्ती समाजात वावरत असते, पण तिचे म्हणून एक वेगळे विश्व असते. माझ्या विश्वात असंच माझं जन्मगाव 'आजरा' आणि असाच त्या चक्क मराठमोळ्या खेडेगावात आपल्या इंग्रजी आद्याक्षरासह नकळत घुसलेला व मनामनावर स्थिरावलेला टी.डी.

खरोखरच टी.डी. या आद्याक्षरांचा अर्थ काय असेल असा विचार 'टी.डी.' बद्दल लिहिताना मनात येत नाही. टी.डी. म्हणजे तुकाराम दत्तात्रय असेल, तात्या धोंडी असेल की काय असेल कोण जाणे? टी.डी. च्या नावातील 'टी.' चा अर्थ तुकाराम असेल तर कहरच आहे. त्या संत तुकारामाने मराठी भाषा खूप मोठ्या अर्थाने 'वागविली', या टी.डी. ने मात्र अक्षरश: ती 'वाकविली' असंच मला दिसून आलं आहे.

टी.डी. आजऱ्यात आला तो घरजावई म्हणून! एक अत्यंत सालस, 'शांता' या नावाप्रमाणे शांत स्वभावाच्या स्त्रीचा टी.डी. हा नवरा. टी.डी. हा घरजावई म्हणून आला खरा पण सासऱ्याच्या घरात फार काळ नाही टिकला. सासऱ्याचं सोडावॉटरचं दुकान. त्याच्या सोडावॉटरच्या बाटल्या तयार करायच्या फिरत्या

यंत्रात काही आपल्या जीवनाची बाटली घालून फिरवायला टी.डी. तयार झाला नाही. म्हणजेच दोघांचं कधीच पटलं नाही.

छत्रपती शिवाजीमहाराजांच्या धारी नाकाची आठवण करून देणारं असं टी.डी. चं बाकदार नाक, ओठ कानशिलाकडं धनुष्यागत ताणून हसण्याची लकब, अशा हसण्यामुळं चेहऱ्यावर पडणाऱ्या उभट सुरकुत्या. थोडक्यात म्हणजे नुकत्याच दिवंगत झालेल्या प्रसिद्ध इंग्रजी नट 'जॉन वेन' सारखं हसणं - पी.डब्ल्यू.डी. च्या मुकादमाची असते तशी खाकी पँट, त्यावर कधी अर्ध्या बाह्यांचा तर कधी पूर्ण बाह्यांचा पांढरा शर्ट, कधी केस तेल चोपडून परतलेले तर कधी डोक्यावर काळी टोपी. टी.डी.पी.डब्ल्यू.डी.चा मुकादम किंवा काहीसा शिक्षकासारखा वाटायचा.

सासरा गावात मानमान्यता पावलेला. थोडा तालेवार! टी.डी.ने आपल्या कल्पक खोपडीतून या तालेवारचा फुगा फोडण्यासाठी काढलेली नामी शक्कल फक्त त्यालाच शोभावी. शहरात माणसाचा 'दर्जा' ठरवायला कपडे, स्कूटर, टी.व्ही., बंगला अशी पटकन नजरेत येणारी साधने असतात. खेड्यात हे शक्य नसते. सर्वसाधारणपणे माणूस 'खातो' काय याच्यावर त्याचा खेड्यात 'दर्जा' ठरला जातो. टी.डी.ने हे अचूक हेरलं होतं. आपल्या तालेवार सासऱ्याला कर्णोपकर्णी कळावे की आपण त्याच्यापेक्षा सुखी-आरामात आहोत यासाठी टी.डी. एक-दोन शाळकरी पोरांना काही तरी खायला देऊन घरोघरच्या उकिरड्यावर टाकलेल्या अंड्यांच्या कवच्या आणायला लावायचा. त्या औषधासाठी पाहिजेत हे त्या पोरांना सांगायला तो चुकायचा नाही. अशा दहा-बारा कवच्या भल्या पहाटे टी.डी. च्या दारालगतच्या उकिरड्यावर हटकून पडलेल्या असायच्या. जाणारे-येणारे त्या कवच्यांकडे पाहत विचारायचे, "काय टी.डी., काय बेत होता रात्री?"

टी.डी. आपलं सफाईदार हास्य ताणवत उत्तरायचा, "काही नाही हो. काल निपाणीहून पाहुणे आले होते. आम्हाला काही सासऱ्यासारखं खाटखुट नाही देता यायचं त्यांना. दिला आपला कवटांचा रस्सा." ऐकणाऱ्यानं ते ऐकावं आणि न चुकता सासऱ्याला सांगावं अशी टी.डी.ची त्यात बेमालूम योजना असे.

सरत्या उन्हाळ्यात घाटमाथ्यावरच्या माझ्या गावातील काजूच्या बागा उलगायला आलेल्या असायच्या. मोकाट सुटलेल्या शाळकरी निवडक पोरांची टोळी टी.डी. ने आपल्या बोलक्या स्वभावानं सिद्ध केलेली असायची.

रणरणतं उन्ह कलतीला लागलं की या बाळ शार्विलकांच्या टोळीसह टी.डी. माळावरच्या काजूच्या बागेजवळ उतरायचा. मुलं बागेभोवती रखवालदाराला न

दिसेल अशी पांगायची. खिशात एक काशिम बिडीचं बंडल व काड्याची पेटी व तोंडात ज्ञानोबा-तुकोबाची अत्यंत मिठ्ठास संतवाणी घेऊन टी.डी. बागेच्या रखवालदाराच्या खोपटापाशी उमटायचा. डोकीवरची काळी टोपी उतरून घाम निपटत सादवायचा. 'होऽ रानबा हाय का आत?' ठरल्याप्रमाणे उन्हाच्या माराला तोषवायला माठातल्या गार पाण्याची रानबाकडं फर्माइश करायचा. नरड्याची घाटी वरखाली नाचवीत गटागटा पाणी प्यायचा आणि काशिम बिडी शिलगावताना संत तुकारामाला रानबासाठी वेठीला धरायचा. म्हणायचा, "त्याचं काय झालं राणूमामा, कालच बुवामहाराजांच्या देवळात कीर्तन झालं. कीर्तनकार ते तिकडचे मिरजेकडचे होते. त्यांनी तुकोबांचा हा अभंग धरलाय म्हणता कीर्तनाला. छाऽ! तोड न्हाई!!"

तुकोबाचं नाव ऐकताच दुपार धरून लवंडलेला रानबा सरसावून उठून बसायचा. टी.डी. त्याला आळंदी, नरसोबाची वाडी असा बसल्या बैठकीतच दिंडीचा फेर टाकायला लावायचा. रानबाच्या खोपटात तुकोबा-ज्ञानोबा यांचे अर्थमधुर अभंग कलत्या उन्हाला कुरवाळीत फिरू लागायचे. तोवर टी.डी. ची शिकाऊ पोरांची टोळी रानबाच्या बागेतील काजूची रसमधुर फळे झाडावरून उतरवून बेमालूम बागेबाहेर सटकलेली असायची.

संताच्या अभंगानं भारावलेला रानबा आपल्या खास गावरान जिव्हाळ्यात टी.डी.ला हटकून म्हणायचा, "तुमच्या सासऱ्यावानी काय आमची बाग मोट्टी न्हाई. हाय आपली हाताच्या पंजागत. कधी नाही ते उन्हातान्हाचं आला. घिऊन जा वाईच बोंडू अन् बिया. वयनीला हुतील सांजच्याला आमटीला. अन् बरं का टी.डी. येत जावा असं मधनंअधनं. कानावर असे संतबोल पडलं की बरं वाटतं घ्याइला."

आमच्या कचेरीच्या गल्लीचं 'शिवाजीनगर' असं ऐतिहासिक बारसं टी.डी. नं घातलं तेही अशाच कल्पक योजनेनं. शिवचरित्रातले निवडक प्रसंग उमद्या पोरांच्या मनावर ठसवून टी.डी. एका शिवजयंतीला त्यांना म्हणाला, 'अरे, कचेरीची गल्ली हे काय नाव आहे? तुमच्यासारखी छातीची धाडसी पोरं असताना या भागाला नाव पाहिजे ते 'शिवाजीनगरच'. झालं, उत्साही तरुण कामाला लागले. त्यांनी शिवप्रतिमेची जंगी मिरवणूक काढून टी.डी.च्या अध्यक्षतेखालीच कचेरीच्या गल्लीला 'शिवाजीनगर' हे नाव बहाल केलं. यातूनच झालं काय शिवजयंती, तिची वर्गणी, वर्गणीची विल्हेवाट या सर्वांच्या जामदारी किल्ल्या अनुभवी जाणता म्हणून टी.डी.च्या हाती आल्या. इतर कुठल्याही बाबतीत केला तसा बौद्धिक घोळ मात्र टी.डी.नं कधीच या शिवजयंतीच्या मामल्यात केला नाही. पण यामुळं झालं काय की इतकी वर्षं

राहून उभा गाव सासऱ्याला मानत नव्हता इतका टी.डी.ला मानू लागला. बायको-शांताबाई हा आपल्या हातचा खास पत्ता आहे याचं भान टी.डी.नं कधी सोडलं नाही. जेव्हा ऐन अटीतटीचा प्रसंग येईल तेव्हा आपल्या बायकोला तो आजारी पाडी. टी.डी.ला संसाराचा गाडा रेटणं अवघड जाई तेव्हा आपल्या बायकोला तो आजारी पाडे व आजार कसला तर पोटदुखीचा, अपचनाचा.
आणि मग टी.डी.च्या घराकडून एक परकरी पोर त्याच्या सासऱ्याच्या सोडावॉटरच्या दुकानाकडं जाई. टी.डी.नं दिलेलं नाणं सासऱ्यासमोर टेबलावर ठेवून म्हणे, 'मामीचं प्वॉट गच्च झालंय. बाटली द्या सोड्याची एक!' आपल्या मुलीची चौकशी करणं टी.डी.च्या सासऱ्याला भाग पडे. तिच्या आजाराचा तपशील तो बारकाव्यानिशी काढून घेई. आता खुद्द सासराच अडचणीत आलेला असे. मुलगी आजारी आहे हे त्याला कळलेलं असे. तिला यावेळी मदत करायला पाहिजे यासाठी त्याचं मन तळमळत असे. पण टी.डी. समोर येणं त्याला शक्यच नसे. टी.डी.च्या ओळखीपाळखीच्या एखाद्या काकी, मामीला गाठून आपलं नाव गुलदस्त्यात ठेवायला सांगून सासरा काही पैशांची, वस्तूंची रसद मुलीला पुरवू बघे. नेमकी ती टी.डी.चे हातात पडे.
टी.डी.ची भाषा कधीच सादीलवारीची नसे. बोलण्यात रुपयाचा उल्लेख शेकड्यात-हजारात, कपड्यांचा उल्लेख मर्सराईज्ड, रेशम, कोशाफेटा असा दर्जेदार असे. शुक्रवारी बाजाराच्या दिवशी जनावरांच्या विक्री-खरेदीचा उद्योग करणारे 'हेडे' लोक गोरगरीब कुणब्यांना हातोहात फसवत. एखाद्या जनावराचा भाव ठरविताना खाकुटीच्या कापडी बोचक्यावर हात ठेवून 'खोटी कसम' घेताना म्हणत, 'जानबादा, रोटी कसम, यत्ता बडा पाडा, बेलगावके बजार में दो सौ रुपयको लिया तुम्हारा करकू अडीशाकु लेतू.' खरे तर त्या जानबादाचा पाडा उमदा व देखणा असल्याने कुणीही सहज ४०० ला घ्यावा असाच असे.
जानबा काय करावं या पेचात पडलेला असे. बाजारात जवळच फणसाच्या झाडाखाली बुंध्यावर बसलेला टी.डी. हा सगळा बनाव काशिम बिडी ओढत बघत असे. जानबा आपला पाडा देणार या घाईला आला की टी.डी. जीवा महालासारखा तत्परतेनं पुढं होत असे. हेड्याच्या खांद्याला लटकावलेलं बोचकं खेचून ते जानबासमोर खोलून दाखवीत मिश्कीलपणे हसत म्हणत असे, 'जानबादा तुमच्या आमच्या सारी खात नाही हे हेडे 'रोटी'. ही अशी स्पेशल असते बघ यांची!' टी.डी.नं खोललेल्या बोचक्यातून एकमेकांत दुमडलेल्या 'कापशी चपला' बाहेर पडत! मग जानबा टी.डी.ला आपल्या गावी येण्याचं अवतण आवर्जून द्यायला चुकत नसे.
'गाफिलांची मालमत्ता हा अक्कलवंतांचा खुराक असतो' असं अर्थपूर्ण वाक्य

कोणीतरी म्हटलेलं आहे, याचा प्रत्यय टी.डी.नं उकलून दाखविलेल्या अशा अनेक प्रसंगांत आहे. एकदा उन्हाळ्याच्या दिवसात सावकारी करणाऱ्या टोपेकर मास्तरांच्या घरात ढेकणांचा सुळसुळाट झाला. येईल जाईल त्याला टोपेमास्तर ढेकणांच्या उपद्रवाची कथा ऐकवू लागले. ठरल्याप्रमाणे नारदासारखं गावभर भरकटणाऱ्या टी.डी.च्या कानी टोपेकरांनी ही कागाळी घातली. आता टी.डी. पक्के जाणून होता की उन्हाच्या तावावर वाढलेले ढेकूण टोपेकर मास्तरांना रक्त पिऊन ताप देतात आणि टोपेकर मास्तर वर्षभर अडल्या नडलेल्यांच्या अंगचं रक्त पिऊन, गोड बोलत गावकऱ्यांना तापच देतात. धनुष्यासारखं ताणतं हास्य फुलवीत टी.डी. टोपेकर मास्तरांना म्हणाला, "अण्णा अहो ढेकणंच ती. रक्तच पिणार! असं करा, कोल्हापूरला ढेकूणमारीचं यंत्र मिळते ते घ्या मागवून. एकदा यंत्र आणलं की दहा-बारा वर्षे बघायला नको. बरं किंमतीलाही महाग नाही. असेल फार तर पंचवीस-तीस रुपयापर्यंत."

कंजूष टोपेकर ते ऐकून खुलले. झालं. "कुठं मिळतं ते तरी सांगा." टी.डीं ना टोपेकरांनी विचारलं. कोल्हापूरच्या ढेकूणमारीच्या यंत्राच्या कारखान्याचा पत्ता त्यांना टी.डी. नं दिला. टोपेकर अण्णांनी त्यावर मागणीचं कार्ड टाकलं. आठ-दहा दिवसांनी टोपेकरांच्या नावे पोस्टातून जाडजूड पार्सल आलं. मोठ्या अधीरतेनं टोपेकरांनी, 'ढेकूणमारीचं यंत्र मागवलं बघा.' म्हणत पार्सल सोडवून घेऊन चार-चौघांसमोर ते फोडलं. तर त्यात चक्क दोन काळे कुळकुळीत दगड होते.

आपण फसलोय हे टोपेकरांना माहीत असूनही त्याचा जाब काही टी.डी. ला विचारता आला नाही. कारण टी.डी.च्या शब्दाप्रमाणे हे ढेकूण मारू शकणारं यंत्र होतं. आणि चांगलं दहा-बारा वर्षं टिकूही शकलं असतं. कोल्हापूरला असा उद्योग चालतो व तो कोण, कुठं करतंय हे टी.डी.ला पूर्ण माहीत होतं. तरीही जाणीवपूर्वक सावकारी करणाऱ्या टोपेकरांना त्यानं तो पत्ता दिला होता.

अशा टी.डी. समोर 'खवट म्हातारा' म्हणून ओळखलेला सासरा काय टिकाव धरणार? टी.डी. चं नाव निघताच तो शिव्यांची लाखोली वाही, पण ते टी.डी. च्या मागं. टी.डी. मात्र रस्त्यावर त्याच्या दुकानासमोर उभा राहून अशा काही शब्दांत सासऱ्याची खरडपट्टी करी, की मनात अनावर संताप आला असला तरी सासऱ्याला त्याला काहीच बोलता येत नसे. यासाठी टी.डी. प्रसंगी पंचतंत्रातल्या प्राणिकथा ऐकविण्याच्या निमित्तानं एखाद्या श्रोत्याला नेमका सासऱ्याच्या दुकानासमोर थोपवून घेई. त्याला बिचाऱ्याला ती प्राणिकथा ऐकावीशी वाटे. तो टी.डी. ला मनसोक्त दाद देत रस्त्यात खिळून पडे. सासऱ्याच्या मनात उठलेले विचार समोरच्या श्रोत्याला, 'तुला असं वाटत

असेल' असं म्हणून टी.डी. च त्याचे प्रश्न स्वत:लाच विचारून घेई व एकपात्री प्रयोग करीत रस्त्यातून आपल्या खडूस व खवट सासऱ्याला मनसोक्त शिव्या देऊन घेई.

टी.डी. गाव सोडून केव्हा गेला हे कुणालाच कळलं नाही. त्याच्या अफलातून कल्पक मेंदूनं मात्र त्याचा ठसा अनेकांच्या मनावर कायमचा कोरून ठेवला. आजही शिवजयंतीला शिवाजीनगरात शिवप्रतिमेची मिरवणूक निघते. मिरवणुकीत सजवलेल्या शिवप्रतिमेच्या नाकाकडं बघत असताना असंख्यांना टी.डी. ची हटकून आठवण येते. टी.डी. च्या करामती आठवताना मला अनेक वेळा चार्ली चाप्लिननं अनेक चित्रपटांत घातलेला गोंधळ आठवतो व मनोमन हसू येतं.

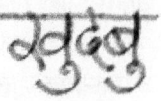

७.

खुदबु

'हे बाबा हम्माऽल, बाबा हम्माऽल.' धावत्या यष्टीबरोबर तोही धावत असतो. त्याच्या जमातीचा कोणी तरी त्याला टोकण्यासाठी निष्फळ ललकारी देतो 'अबे, खुदब्या न्हाटता क्यो? मरिंगा साले.' त्याला या बकवासीकडं लक्ष द्यायला वेळ नसतो. यष्टीतल्या पासिंजरांवर भिरभिरती नजर फिरवीत तो धावतच असतो.

किती ओसरलाय तो आता! नागसापाच्या पोरागत एके काळी शार काळंकुळकुळीत असलेलं त्याचं अंग पिवळटलंय. दाढीच्या कुच्च्यावर अल्लानं चुन्याचा हात फिरवलाय. त्याच्या मळकटलेल्या खमीसाचे चिंधाळलेले हातोपे बघताना मला वाटतं - 'चिंधाळली. खुदबूची जिंदगी चिंधाळली. खुदानं पाठीवर दिलेल्या हयातीच्या ओझ्यावर साऱ्या जगाच्या सामानाचं ओझं लादून तो काळाच्या यष्टीबरोबर नुसता धावत आला. त्याच्या भवती नुसती धूळ आली - गरिबीची. या गावावर तापणाऱ्या सूर्याची! याला तीच प्यारी आहे.'

खुदबु- एक हमाल, एक मुसलमान, तरीही तो मला गीतेतल्या 'कर्मयोग्याशी' 'रिश्ता' सांगणारा वाटतो. महंमदानं कुराण किताबात 'कर्मयोग' सांगितलाय की नाही मला माहीत नाही. पण यष्टीबरोबर धावणाऱ्या खुदबूच्या पावलात तो मला अनेक वेळा जाणवलाय.

त्याला बघताना नेहमीच खटकत आलंय. गावगाड्याच्या जुन्या जाबत्यात बैतेदारांच्या यादीत परीट, न्हावी, तराळ, महार सारे आले. आला नाही फक्त 'हमाल'. तसे स्टँडवर ढिगानं हमाल आहेत पण खुदबु या गावचा 'बैतेदार हमाल' आहे. गावाकडनं कसलंही 'बैतं' न घेणारा, त्याचं ओझं पाठीखांद्यावर घेण्यासाठी एक-दोन नव्हे पुरती तीस सालं धावणारा. मी बघितलेला खुदबु हा एकच मुसलमान आहे की जो नमाज पढायला कधीच मशिदीत गेला नाही.

रमजानलाही खुदब्याच्या अंगावर 'नया खमीस' चढला नाही की 'हिनाच्या फायाचा' उग्र दर्प त्याच्या आसपास फिरकला नाही. म्हणूनच कधीच मशिदीत न जाणारा, घामानं निथळलेला धुळीबरोबर धावणारा खुदबु मला साक्षात 'मशिदीसारखाच' वाटतो. त्याच्या तोंडून स्टँड हालवून सोडणारी 'हे बाबा हम्माऽल' ही आरोळी बांगेसारखी वाटते. प्रत्यक्ष महंमदानं मक्कामशिदीत पहिली 'सब्र की नमाज' पढताना दिली असेल तशी.

खुदबु कोण - कुठला कुणालाच माहीत नाही. त्याच्या माँ-बापाचा पत्ता त्याच्या जातभाईंनाही मालूम पडलेला नाही. ख्रिस्ती भावविश्वात पांढऱ्या दाढी-मिश्यांचा 'नाताळी-म्हातारबाबा' येतो तसा केव्हा तरी खुदबु या गावात आलाय. आस्मानातून आल्यागत!

त्याला मकान नाही. स्टँड हेच त्याचं मकान. साफ आहे. खुदबूची शादी झालेली नाही. रगीच्या अंगबळावर सव्वा-सव्वा मणाचं पोतं पाठ देऊन चिमुरड्या पोराला उचलावं तसं अल्लाद उचलणारा खुदबु मी पाहिलाय. दोरखंडाचा फेर पोत्याला टाकून 'हे बाबाऽ' असं अवसान घेत क्षणात भरलं पोतं अल्लाद उचलणारा खुदबु मला महाभारतातल्या भीमाची याद करून द्यायचा. पोतं पाठीशी घेतल्यानं त्याच्या पिंढरीवरच्या तटतटलेल्या नसा बघताना वाटायचं - 'पाठीवरच्या पोत्याला दोरखंडाचा फेर यानं टाकलाय आणि याच्या या नसांनी उभ्या गावाला फेर टाकलाय!'

खुदबूनं शादी केली नाही पण अंगात रुस्तुमची रग असतानाही त्यानं कधी कुठल्या औरतीकडं बदनजरेनं बघितल्याचं कुणी सांगणार नाही. 'मकान, शादी, रसोई' या जिंदगीच्या बाबी कधी खुदबूच्या खयालात डोकावल्याच नाहीत. गावात कुण्या बाईच्या अब्रूवर कुणी रगदांड्या बाप्पानं घाला घातला की लोक कोर्टकचेरीची पायरी का चढतात ते मला कळलेलं नाही. त्या 'माजोऱ्याला' आणून ते खुदबूसामने का नाही उभा करून म्हणत, 'खुदबू, उठाव ये डाग और फेक दो न्हदीमें!' खातर आहे, त्याच्या तोंडावर पचकन थुंकून खुदबु त्याच्याभोवती दोरखंडाचा फेर टाकील. 'हे बाबाऽ' म्हणत त्याला पाठंगुळीवर घेईल आणि अल्लाच्या घरचं ते ओझं त्याच्या घरी पोचतं करून 'चवली-पावली' त्याच्याकडूनही वसूल करून परतेल. अगदी महंमदासारखा!

खुदबु मुसलमान आहे म्हणून त्याच्या खांद्यावर सामानांचे डाग द्यायचं इथल्या कुठल्याही ब्राह्मण बाप्प्यानं कधी नाकारलं नाही. एकदा गणेशचतुर्थीच्या हंगामात गावाहून माझ्या भावाचं पत्र आलं, 'सत्यनारायणाची पूजा बांधायची आहे. येताना केवड्याचं कणीस, कमळांचे कळे आणि भरपूर फुलं घेऊन ये.' सगळं सामान घेऊन मी गावात आलो. स्टँडवर सवयीची ललकारी कानी आली

- 'हे बाबाऽ'
'दादा, दादा' म्हणत खुदबूनं माझ्या सामानाच्या डागांचा कबजा घेतला. हलका म्हणून फुलांचा पुडा तेवढा माझ्या हातात तसाच राहिला. खुदबूच्या मागून मी घराकडे चाललो. त्याच्या पिंढरीवरची तटतटलेल्या नसेची नागीण बघताना विजेसारखी एका विचाराची लपक मनात सळसळून गेली. मी घोगरट बोललो 'खुदबू, जरा ठैरो. ये लो.' हातातला फुलांचा पुडा मी त्याच्यासमोर धरला. 'जी दादा.' म्हणत त्यानं तो आपल्या हातात घेतला. मला वाटलं होतं - माझ्या घरी बांधल्या जाणाऱ्या पूजेच्या सत्यनारायणावर खुदबूचा हात स्पर्श झालेली फुलं चढावीत.
त्याला थाळ्यातून खाना घेताना कुणीच बघितलेलं नाही. 'कुई' जातीची बकरी झाड झाडोक्यांच्या टिक्या दातलत जगते तसा तो 'वरच्या' खान्यावर जगला आहे. हाताची ओंजळ हाच त्याचा थाळा. त्याच्या त्या थाळ्यावर केळं, आंबा, पाव ठेवताना वाटतं एकदा तरी याच्यासारखा आपल्या हातांचा थाळा याच्यासमोर पसरून याच्या संन्यस्त हातानं काही तरी स्वीकारावं.
हुज्जत घालणं हा हमालांचा अंगस्वभाव. खुदबूनं कधी कुणाशी हुज्जत घातली नाही. त्याची त्याला कधी गरजच पडली नाही. गाववाल्यांनी त्याला नेहमीच 'चवली-पावली' वरचढीनं दिली आहे.
खुदबु बोलतो कमी. 'क्या दादा, कत्ते दिनोंके बाद आये? कैसे है?' बस्स यापेक्षा अधिक तो काही बोलत नाही.
खुदबूला घुश्श्यात आलेलं सहसा बघायला मिळायचं नाही. एकदा मात्र त्याच्या घुश्श्याचा अजब नमुना उभ्या स्टँडला बघायला मिळाला. मोरू भटजी हा गावातील एक इरसाल किराणाव्यापारी होता. शाळकरी पोरं पाणावल्या जिभांनी मोरूच्या दुकानासमोर गोळ्यांच्या बरण्यांकडं बघत रेंगाळायची. त्यांची लालसा बघून मोरू त्यांना हाताची बोटं मुडपीत दुकानात बोलवायचा. ''काय रे शिवऱ्या, गोळ्या खाणार काय? अट एकच बघ. माझ्या हाताची दोन बोटं तुझ्या मनगटाजवळ उठविणार. कबूल?'' पोरगं मानेनं होकार भरीत आशेनं हात पसरायचं. मोरू त्याच्या हातावर साताठ गोळ्या टिकवीत, पसरलेल्या हातावरच डाव्या हाताची पकड बसवायचा आणि उजव्या हाताची आपली लोखंडी कांबेसारखी बोटं पोराच्या मनगटावर ठणकावून द्यायचा. पोरगं कळगतीनं कळवळायचं. मनगटातल्या झिणझिण्या पार टकुऱ्यापर्यंत भिनायच्या. तरीही गोळ्यांचा बकणा तोंडात भरला जायचा. त्या गोळ्यांची गोडी जिभेवरून उतरायच्या आतच मनकट सुजून बंब व्हायचं. पोरगं मोरूच्या दुकानासमोरूनही जायचं धास्तीनं टाळायचं. या मोरूला अस्मादिक मात्र 'गुरूणां गुरू भेटले!' मोरू गोळ्या देऊन मनगट सुजवितो' ही कीर्ती मला कळली. खूप डोकं लढवून मी एक शक्कल काढली.

सिगरेटच्या पाकिटात असलेला झिरझिरा, चिरमुरा कागद डिंकाचा पाटलेप देऊन मनगटावर चिकटवून घेतला. त्यावर जातिवंत खाजकुयलीची पूड शिवरली आणि बावळट चेहरा करून मोरूच्या दुकानाची पायरी चढलो. ठरल्याप्रमाणं मोरूनं गोळ्या हातावर ठेवल्या आणि आपल्या लोखंडी बोटाचा दणदणीत ठसा माझ्या मनगटावर उमटविला. दुसऱ्या दिवशी 'मोरूची बोटं सुजून बंब' झाल्याची वार्ता गावभर पसरली. समस्त बच्चेमंडळ ती ऐकून सुखावर पडलं. आपल्या अवचट स्वभावाला धरून हा मोरू एकदा खुदबूच्या वाटेला गेला. काही तरी हमाली ठरवून मिठाचं एक सव्वामणी पोतं मोरूनं खुदबूच्या पाठीवर लादलं. दोघंही स्टँडवर आले. हमाली देताना मोरूनं पलटी मारली. घासाघीस सुरू झाली. कुठली दुर्बुद्धी झाली आणि मोरूनं तोंडातोंडीत खुदबूला एक झक्कासपैकी ठेवणीची कोकणस्थ शिवी हासडली. झालं! ही गाठ चांगली पडली होती, हाडेवरण आणि गजकरण यांची!

काही न बोलता खुदबूनं आपल्या दोरखंडाचा पीळ अगोदर खांद्याला नीट लावून घेतला. अल्लाचं नाव मनोमन घेऊन हमालीवर पाणी सोडलं आणि इंग्लिश खाडी पार करायला निघालेल्या जलतरणपटूनं घ्यावी तशी, कुणालाच अपेक्षा नसलेली एक चमकदार उसळी त्यानं मोरूवर घेतली. क्षणात खुदबूचे बळकट हात मोरूच्या निबर गालफडात रुतले. मिळाला तेवढा मोरूच्या थोबाडाचा रवका खुदबूनं दातलला. तोंडात घुसलेलं रक्त पचकन थुंकून खुदबूनं खांद्यावरचा दोरीचा पीळ उतरला. मिठाच्या पोत्याला त्याचा विळखा टाकून 'हे बाबाऽ' म्हणत त्यानं पोतं पाठीनं उठवलं. 'गाल्या देताय. पैले हमाली ल्याव बादमें पोता. नही तो जाव कोरटमें!' ते पोतं त्यानं कुठं नेऊन ठेवलं ते कधीही कुणालाच कळलं नाही. झक मारत बँडेज केलेल्या थोबाडानं येत खुदबूची ठरलेली हमाली मोजून मगच मोरूला पोतं न्यावं लागलं. मोरूला असं अजब मीठ लावणारा हरीचा लाल आजवर गावात कुणीच भेटला नव्हता.

जसा खुदबु मशिदीत कधीच गेला नव्हता तसा तो कधीच कुणाच्या शादी-मुबारकीला वा दफनालाही गेला नाही.

बाकी सगळ्या प्रकारचे डाग त्यानं आपल्या संन्यस्त पाठीवरून वाहून नेले पण 'धर्म जात' हे साऱ्या जगाला प्यारे असलेले अवजड डाग त्यानं कधीच पाठीवर घेतले नाहीत. आता समज आल्यावर मला खुदबूची 'जात' कळून चुकलीय. तो एकाच जातीशी नातं सांगणारा आहे. रवींद्रबाबूंचा तो 'काबुलीवाला' आहे ना - फक्त त्याच्याशी. लोक धर्माचा 'धंदा' करतात. खुदबूनं धंद्याचा 'धर्म' केलाय. म्हणूनच आज तो वयाच्या उताराला लागलेला, ओसरलेला बघून अठरापगड जातींच्या माणसांच्या अंतरंगात कुठं तरी खोलवर कळ उठते. आभाळात ढग

दाटले की, आताशा खुदबूचं अंग धरतं. कुठल्या तरी दुकानाच्यासमोर फळीवर तो अंगाची मुटकळी बांधून कशात तरी हरवल्यासारखा बसलेला दिसतो. त्याच्या डुईवर मळकट पोत्यांची खोळ असते. एके काळचं आपलं रगीचं अंग आता शिरपलंय हे कुणी बघू नये म्हणून त्या कोळीला तो लपेटून घेतो. त्यामुळं त्याच्या खांद्यावर दोरखंडाचा पीळ आहे की नाही ते कळून येत नाही. कवड्यांसारखे त्याचे डोळे आता निस्तेज झालेत तरीही त्यात कुढेपणा, हताशपणा जाणवत नाही. मुटकुळी करून बसलेल्या खुदबूला बघताना मला वाटतं, 'हा कधी न बघितलेल्या, न भजलेल्या महंमदाशी मनोमन बातचीत तर करीत नसेल? त्याला विचारीत नसेल का की, 'बाबा रे. तूही ओझी वाहून थकलास. मीही! कशाला शिकस्त बघतोस आता?' भोवतीचं माणूस गर्दीनं खदखदलेलं स्टँड मला त्याच्या तीन हात देहात मुरून गेल्यासारखं वाटतं. स्टँडवर गाडी घुसली की, तो पूर्वीसारखा ललकारी देत धावत येत नाही. गाडी थांबल्यावर फळीवरून उठतो. आपल्या शरीराचा 'डाग' ढकलत, ढकलत संथ गाडीजवळ येतो. त्याची शोधक नजर गाडीभर फिरते. ओळखीची असामी दिसली तरच काही न बोलता तो हात पुढं करतो. त्याचा तो हात कोऱ्या चेकसारखा वाटतो. आपल्या सेवेचं, हक्काचं तो मूकपणे वसूल करतो आहे असं वाटतं. नवख्या हमालाच्या पाठी-खांद्यावर सामानांची ओझी देऊन खुदबूच्या 'कोऱ्या चेकवर', चार-आठ आणे ठेवताना मला त्याचे डोळे सवाल करून जातात 'क्या दादा, कत्ते दिनोंके बाद आये? कैसा है?' पावलं घरची वाट चालत असतात. काळजाचा सारा ठाव त्या बैतेदार हमालानं व्यापून टाकलेला असतो. मन एकाच निर्णयावर येऊन ठाण झालेलं असतं - एरव्ही मी जीवनाबरोबर धावत जगाच्या पाठीवर कुठंही का असेना पण ज्या दिवशी खुदबु 'अल्लाचा प्यारा' होईल त्या दिवशी मात्र मी गावातच असावं. त्याच्या दफनासाठी कबरस्तानाची वाट या पावलांनी चालावी. त्या शेवटच्या दिवशी कफनासाठी त्याच्या जातभाईंनी त्याच्यावर काहीच पांघरू नये. ज्या अस्मानातून आल्यागत तो या गावात आलाय त्या अस्मानानंच त्याच्यावर कफन धरावं. त्याची कयामतीच्या दिवसाची वाटचाल सुखाची व्हावी म्हणून मी मनोमन त्याच्यासाठी गीतेतील एक कलमा पढावा.

'वासांसि जीर्णानि यथा विहाय ।
नवानि गृह्यति नरोपराणि ।
तथा शरीराणि विहाय जीर्णानि
अन्यानि संयाति नवानि देही ॥'

८.

तोतरा दत्तू

तोऽ तोऽ तोतऱ्या माणसाच्या संगतीत तुम्ही कधी वावरला आहात काय? खूप मजा येते अशांच्या सहवासात. थोड्या दिवसांतच त्याच्या अडखळत्या जागा भरण्याची तुम्हालाच नकळत सवय जडून जाते.

प्रत्येक तोतरा जीव हा समर्थ रामदासांचा निष्ठावान शिष्य असावा. 'जे जे आपणासी ठावे । ते ते इतरांसी शिकवावे । तोतरे करोनी सोडावे सकळ जन।' असा त्यांनी थोडाफार रामदास बदलून घेतलेला असावा.

अडखळत्या जिभेबरोबर अडखळता आत्मा घेऊन वावरणाऱ्या अजब असामी फक्त या एकाच सांप्रदायात दिसतील. मला भेटलेला 'दत्तू' असाच. आवाड्याचा दत्तू या नावानं मशहूर असलेला जातिवंत तोतरा!

ठेंगणेपण आणि तोतरेपण यांचं काय सख्य आहे कुणाला ठाऊक? मला भेटलेले बहुसंख्य तोतरे ठेंगणेच आहेत. या सर्वांचं एक 'जबान-मंडळ' कुण्या कल्पकानं स्थापायचं म्हटलं तर न अडखळता त्यानं त्या मंडळाचं अध्यक्षपण आमच्या दत्तूला द्यावं.

खूप दिवसांपूर्वी ठोके घातलेल्या जात्याच्या पेडासारखं दत्तूचं थोबाड दिसतं. त्याच्या निबर, रट्ट चेहऱ्यावर, त्याच्या जिभेत जसे काही अवघड शब्द जाम रुतून बसलेत, तसे देवीचे व्रण रुतून बसलेत. त्याच्या बोलीचालीत भाषा जशी विरळ झालीय तशी त्याच्या टाळूवर केसांची झुलपं विरळ झालीत. म्हणजेच शाहूमिलचं धोती-मांजरपाट विरावं तसं त्याच्या टाळूवर विरल्या केसांनी टक्कल उभं केलंय.

दत्तू पायताण कधी घालीत नाही. तरी त्याच्या चालण्याबरोबर अंगठ्याच्या निसटलेल्या हाडकाचा, पावलापावलाबरोबर 'चटपट' असा आवाज उठतो.

जिभेत अडखळणारे स्वर तो या 'चरणसंगीता'नं भरतो की काय देव जाणे! स्वत: दत्तूची जीभ अडखळते पण त्याची करणी मात्र भोवतीच्यांना जागोजाग अडखळायला लावते. दत्तू नुसता तोतरा असता तर कुणाच्याच लक्षात राहिला नसता. पण दत्तू नाटकात काम करणारा हौशी नट आहे. हुन्नरी डोक्याचा मेकॅनिक आहे. स्वत:ची खडमडीत जीभ दातांखाली दाबून धरून, रानात सुसाट धावणाऱ्या जनावरांवर बार टाकून त्यांना लोळविणारा शिकारी आहे. आपल्या अजब खोपडीवर काळी टोपी चढवून, कपाळावर बुक्क्याची आडवी बोटं घेत, टाळ पिटणारा भजनीमंडळाचा विठ्ठलभक्त आहे.

कधी हिरण्यकेशीच्या घाटावर साबणाच्या कपरीनं आपले राठ कपडे धुताना शिळेमधून 'अजि मेरा लाल दुपट्टा मलमलका!' हे लाडकं गीत आळवणारा, कधी पिठाच्या चक्कीजवळ, चक्कीच्या चौकोनी पाटीत बायाबापड्यांनी आणलेले डबे पालथे करून त्यांचे बूड थोपटताना पिवळ्या रंगाचं परकर-पोलकं घालून आलेल्या कोरव्याच्या शेवंतीला डोळे मिचकीत विचारणारा, 'काऽ काऽ काय शेवंते, बाऽ बाऽ बाबाला हऽ हऽ हळद लागली काय?' कधी हातात पाने-मार्तूल घेऊन भरल्या ट्रकखाली उताणं पडून 'रिपेरी' करताना हाताखालच्या पोऱ्याला खिसकविणारा - "अबे ओ म्हऽ म्हऽ म्हमूल्याऽ तेऽ तेऽ तेरी माकाऽ छेऽ लंऽ लंबरका पाना..." दत्तूचं हे वाक्य पुरं होण्यापूर्वीच म्हमूल्या त्याच्या हाती सहा नंबरचा पाना देताना चिडीनं म्हणायचा, "ये ले बे बोतरे, छे नंबरका! तेरी माका, गाल्या क्यूं देताय?"

गाडीखालून हात बाहेर काढून पाना हातात घेत दत्तू त्याला सुनवायचा, "चूऽऽ चूऽ चूप बेलऽऽ लऽऽ लवंडे, गाऽ गाऽ गाडी थर्डमें डाऽ डाऽ डालूंगा तेरी!"

डॉक्टर पाध्ये हा गावातील भला सज्जन माणूस. त्याला दत्तूनं आपल्या तोतरेपणाची 'सलाईन' कशी चढवली कोणास ठाऊक. उभ्या गावातून डॉक्टरनं दत्तूची नेमणूक केली आपला असिस्टंट म्हणून. हे एकच क्षेत्र या दत्तमहाराजांच्या फेरीतून आजवर सुटलं होतं.

पुढं पायाच्या अंगठ्याच्या हाडकांचा 'चटचट' आवाज करीत, डॉक्टरांची बॅग घेऊन चालणारा दत्तू आणि मागं उंच, गोरापान हसतमुख असा डॉ. पाध्ये हे दृश्य आता साऱ्यांच्या परिचयाचं झालं.

डॉक्टर साहित्य, संगीत, नाट्य या कलांचे रसिक चाहते. माझी त्यांच्याकडं अधून-मधून फेरी व्हायची. गप्पा रंगायच्या.

असाच मी एकदा त्यांच्याकडं गेलो. मोठं तोंड भरून माझं स्वागत करीत डॉक्टर म्हणाले, "चला लेखक महाशय, तुम्हाला एक चीज दाखवतो." माझं कुतूहल वाढलं.

मी विनोदानं म्हटलं, ''डॉक्टराकडं 'चीज' म्हणजे नवी नर्स!''
''छेऽ तसलीच आहे पण नर्स नव्हे. चला.''
डॉक्टर दवाखान्यातून बाहेर आले. शेजारच्या पत्र्याच्या गॅरेजचं दार त्यांनी नोकराला उघडायला सांगितलं.
गॅरेजमध्ये तकाकत्या शेवाळी रंगाची नवी कोरी जावा मोटार-सायकल होती.
''व्वाऽ!'' मी यंत्र बघून डॉक्टरांचा हात आनंदानं दाबला.
''रात्रीच कोल्हापूरचा मेकॅनिक सोडून गेलाय ही. साडेचार हजार रुपये.'' डॉक्टर खुशीत होते.
इतक्यात देवानं पाठविल्यासारखा दत्तू गॅरेजमध्ये टपकला. अंगात मेकॅनिक रक्त असलेला दत्तू आपसुखच 'जावा' जवळ गेला. निष्णात हेड्या, विकाऊ म्हशीच्या काळ्याशार पाठीवर थाप देतो तशी मोटारसायकलच्या सीटवर थाप देत डॉक्टरांना म्हणाला, ''आऽऽ आऽऽ आम्हास्नी काय आऽ आऽऽ आयडिया दिली न्हाऽऽ न्हा न्हाई डॉक्टर!''
बोलता बोलता दत्तूनं मोटार-सायकल स्टँडवरून हळूच खाली काढली. गाडी गॅरेजबाहेर घेऊन, पेट्रोलचा कॉक सोडून आम्हा दोघांना तो डोळे मिचकावीत म्हणाला, ''जरा टेऽऽ टेऽऽ टेस्ट कऽ कऽ करून येतो!''
त्याचे शेवटचे शब्द आम्हाला ऐकू आले नाहीत. धुराचे लोळ उठवीत, फडफड करीत गाडी धावू लागली.
पाठमोऱ्या दत्तूला बघून डॉक्टर हसून म्हणाले, ''मेकॅनिक घरचाच आहे. आता गाडीची चिंता नाही.''
आम्ही पुन्हा दवाखान्यात आलो. चहापाणी झालं. आमच्या नेहमीच्या गप्पा रंगात आल्या. हास्याचे फवारे उडू लागले.
एकाएकी कोल्हापूरहून येणाऱ्या एस.टी. गाडीचं धूड दवाखान्यासमोर करकरत थांबलं.
धाडकन दार उघडून गुलाब ड्रायव्हर जिने चढून दवाखान्यात आला. तोंडातील बिडीचं थोटुक खिडकीतून बाहेर फेकत, धापावत म्हणाला, ''क्या डॉक्टरसाब च्या पितै? तुम्हारा वो बोतरा कंपावंडर पड्या है पूलके नीचे। हमारी पॅसेंजर उसकू उठाके लाये उपर रस्तेपर. बेसुद है उनी. जाव जलदी, नही तो मर जायेगा।'' गुलाबनं साध्या खोकल्यासाठी दहा रुपये उकळलेल्या डॉक्टरच्या गळ्याभोवती संधी साधून स्टेथॅस्कोप फासासारखा आवळून टाकला.
आम्ही दोघेही कुणीतरी किक मारल्यासारखे ताडकन वर उठलो. पळापळ सुरू झाली. डॉक्टरांनी औषधांची बॅग उचलली.
जिल्हा परिषदेच्या जीपमध्ये बसून आम्ही गाववेशीवर असलेल्या व्हिक्टोरिया

पुलाजवळ आलो. माणसांच्या गराड्यात एका झाडाखाली दत्तूला घोंगडीवर झोपवला होता. रस्त्यावर टाकायच्या खडीच्या ब्रासवर डॉक्टरांची कालच कोल्हापूरहून आलेली 'चीज' मुद्दा होऊन पडली होती. अर्ध्या तासापूर्वी विकाऊ म्हशीसारखी तकतकीत दिसणारी डॉक्टरांची 'जावा' आता कसाबखान्याकडं चाललेल्या भाकड म्हशीसारखी विद्रूप दिसत होती.

मोटार-सायकलचं ते रूप बघताच डॉक्टर पाध्यांनी दातांखाली क्विनाइनची गोळी फुटल्यासारखा चेहरा केला. पण समोर घायाळ पेशंट असताना गाडीबद्दल काहीही विचारणं डॉक्टरीपेशा-धर्माला सुसंगत दिसणारं नव्हतं. पुढं होत डॉक्टरांनी कापसाच्या बोळ्यांनी दत्तूच्या चेहऱ्यावरचा वीररस टिपायला सुरुवात केली. थोड्याच वेळात दत्तू शुद्धीवर आला. सगळ्यांचे प्राण कंठाशी अडखळत असताना आपल्या नेहमीच्या सराईत अडखळत्या जिभेनं म्हणाला, "गिऽऽ गिऽऽ गियर पडत न्हाऽऽ न्हाऽऽ न्हाईत बरोबर!"

डॉक्टरांचा गियर तर केव्हाच थर्डमध्ये पडला होता. डॉक्टरी पद्धतीनं खोटं हास्य चेहऱ्यावर ओढून घेत डॉक्टर त्याला औषध देत म्हणाले, "असू दे, असू दे. गाडी काय एक नाही तर दुसरी. तू घाबरू नकोस."

तो गाडी घेऊन सुसाट जाताना जे 'टेऽऽ टेऽऽ टेस्ट' करतो म्हणाला होता ते गाडीला उद्देशून की डॉक्टरांच्या सहनशक्तीला असा मला भ्रम पडला. दत्तूनं गाडी, डॉक्टर, मी, गुलाब ड्रायव्हर आणि पॅसेंजर साऱ्यांनाच 'टेस्ट' करून टाकलं होतं.

मराठीतील काय नि कुठल्याच भाषेतील काय कोणत्याही नाटककाराला त्यानं लिहिलेल्या धड बोलीत बोलावी अशी व्यक्तिरेखा एखाद्या तोतऱ्याच्या तडाख्यात सापडल्यावर तिची काय तऱ्हा होईल याचा अंदाज येईल काय? त्यातून कंठाळी, चढ्या स्वरात बोलणारी व्यक्तिरेखा आणि तीही साक्षात 'मासाहेब - जिजाबाई' सारखी व्यक्तिरेखा एखाद्या तोतऱ्या पुरुष पार्टीच्या तडाख्यात सापडली तर काय होईल?

ती तशी सापडली! या नटश्रेष्ठ दत्तोपंतांच्या तडाख्यात महाराष्ट्राची ती लोकमाता एकदा सापडली. पूर्वजन्मी दत्तू अफजल किंवा शाहिस्ताखानच असावा. नाहीतर पोरानं केलेल्या ससेहोलपटीचं एवढं सव्याज उट्टं त्यानं जिजाबाईंचा रोल करून तिच्यावर एवढ्या जीवघेण्या पद्धतीनं काढलं नसतं. नाटक होतं 'शिवसंभव'. अफलातून दिग्दर्शकानं जिजाबाईच्या रोलसाठी या ठेंगण्या, ठोकळेबाज चेहऱ्याच्या आणि ठायी ठायी 'तऽ तऽ पऽ पऽ' करणाऱ्या मास्टर दत्तूची निवड केली. (दिग्दर्शक, दत्तू, प्रेक्षक सगळ्यांचंच भाग्य एका बाबीत जोरात होतं. या शिवाजीचा 'संभव' होऊ घातलेला आहे

असा कथाविषय होता. जर प्रत्यक्ष शिवाजीच या नाटकात असता तर - तर 'त्यानं सर्वांत प्रथम हत्यार धरलं असतं ते या मासाहेबांवरच!')
कशा पद्धतीनं झाल्या कुणास ठाऊक पण या नाटकाच्या तालमी रोज विठोबाच्या देवळात झाल्या.
कर कटेवर ठेवून, गाभाऱ्यात समचरण उभ्या असलेल्या विठोबाला दत्तूच्या तोंडून जिजामाईचे तोतरे संवाद ऐकताना काय वाटलं असेल? त्यानं कटेवरचे हात खोलून ते जोडून ब्रम्हाला साकडं घातलं असेल, 'देवा पावा. या जिजाबाईची कूस उजवू देऊ नका!'
नाटकाच्या तालमी चालू असताना मास्टर दत्तूला कुणीतरी सल्ला दिला, 'आवाजी खडी लागायची असंल तर तुकाईच्या माळावर जा. तोंडात आखबंद सुपारी ठेवून भाषण सैल जिभेनं धडाधड म्हण.'
दिल्या सल्ल्याप्रमाणं दत्तू रोज सायंकाळी तुकाईच्या माळावर जाऊ लागला. खरेशास्त्र्यांचं ऐतिहासिक नाटक अक्षरश: रानोमाळ दौडू लागलं.
प्रत्यक्ष प्रयोगाच्या दिवशी जिजाऊ झालेल्या दत्तूनं धमाल केली. कुठल्याही तमाशातला 'गणपत पाटील' दिसेल एवढा खानदानी तृतीयपंथी दिसणारा दत्तू, जिजाऊ म्हणून रंगमंचावर प्रवेशला. पोटावर कापडी बोचकं, होऊ घातलेल्या शिवाजीराजांची खूण म्हणून बांधून!!
जेव्हा जेव्हा त्याची इरसाल, हट्टी जीभ त्याला संवाद फेकताना दगा देऊ लागली तेव्हा तेव्हा सदाशिव पेठेतील कुठल्याही ललनेच्या तोंडी शोभेल असा पदरचा संवाद तो घुसडू लागला, 'म्हणून मी म्हणत्ये' या तीन शब्दांचा! मजा अशी होती की जिजाऊ झालेल्या या दत्तूशी हा संवाद तेवढा इमानी होता. तो मात्र त्याच्या जिभेत अडखळत नव्हता. 'म्हणून मी म्हणत्ये!' हा संवाद जिजाऊंच्या तोंडी कसातरीच दिसतो अशी सूचना एका प्रवेशानंतर कुणीतरी त्याला केली. निदान म्हणायचं तर 'म्हणून आम्ही म्हणतो!' असं तरी म्हण, असा त्याला नाट्यहितकर सल्ला दिला. दत्तूला तो पटला.
पुढच्याच प्रवेशात दत्तू अडत्या जागेला तो सुधारित संवाद टाकायला गेला. 'म्हणून आम्ही म्हणतो!' आणि 'म्हणून' शब्द त्यानं उच्चारला पण 'आम्ही' मधला 'आ' त्याच्यासमोर 'आ' वासून उभा राहिला. 'आऽ आऽऽऽऽ' जिजाऊंनी शहाजीराजांची शिवनेरीवर एकटं मागं राहताना केली असेल अशी 'आ' ची मनधरणी करू लागला. प्रेक्षकांना वाटलं जिजाऊ आता गाणार!! त्यांनी बूड झटकले आणि उत्सुकतेने कान टवकारले. दत्तूनं त्यांना जिजाऊला शोभेल अशी ऐतिहासिक हूल दिली. अडखळणारा 'आ' त्यानं तसाच सोडून दिला आणि पुन्हा तो सहज म्हणाला, 'म्हणून मी म्हणत्ये!' पुन्हा काही तो त्या 'आम्ही'

च्या मागं लागला नाही.

या 'शिवसंभव' नाटकातील सर्वांत भावपूर्ण अशी एक जागा नाटककारानं योजलेली आहे. किंबहुना हाच त्या नाटकाचा आशय आहे.

नाटकात एक प्रवेश असा आहे की- गर्भार, जडावल्या जिजाऊ बैठकीवर बसल्या असताना खबर येते की - 'गनिम चालून आले.' जिजाऊ खासे धनुष्य उचलून शत्रूंचा नि:पात करायला चालून जातात. विंगकडं बघत जिजाऊ म्हणतात, - 'गनिम आम्ही सहन करणार नाही. हा बघा मी टिपते त्याला!' असं मोठं व्याख्यान देत, जिजाऊ विंगमध्ये बाणांमागून बाण फेकतात व शेवटी पदरानं कपाळीचा घाम टिपतात.

नाटककाराला या प्रवेशात वीरमातेच्या पोटी वीरपुत्र उपजतो हे सुचवून द्यायचं आहे. पण त्या बिचाऱ्याला कल्पना नव्हती की हा वीरपुत्र नटश्रेष्ठ दत्तोपंतांच्या तडाख्यात सापडला आहे.

हा ऐन चढीचा प्रवेश सुरू झाला. खबर आली, 'गनिम चालून आले.' दत्तू बैठकीवरून उठला. त्याचे संवाद सुंदर बाहेर पडत होते. म्हणजे कुठंच अडमडत नव्हते. त्यानं बाणांचा भाता खांद्याला लावला. धनुष्य उचललं. 'आम्ही गनिम सहन करणार नाही.' म्हणत एक बाण भात्यातून खेचला. तो धनुष्यावर चढवून 'प्रत्यंचा' ताणली. सुतळीच्या त्या दगलबाज प्रत्यंचेनं जिजा, दिग्दर्शक, प्रेक्षक साऱ्यांच्या तोंडाचे राळे वाळविले. प्रत्यंचा ताडकन तुटली. नाटक तुटलं. प्रत्यक्ष नाटककार हे सारं बघायला हजर असता तर त्याला ॲम्ब्यलन्समधून हॉस्पिटलमध्ये रवाना करावं लागलं असतं.

प्रत्यंचा तुटली आणि गनिमावर फेकलेला बाण दत्तूच्या पायांतच पडला. अगोदरच बोबड्या असलेल्या त्याच्या जिभेची पार बोबडी वळली. त्याला आतापर्यंत प्रॉम्पटरच्या मदतीनं लडबडते संवाद म्हणता येत होते. आता तेही म्हणता येईनात. त्याची कानपाळी सरसरली. आपल्या पोटावर, कापडी बोचक्याचे का होईना शिवाजीराजे आहेत याचं त्याला भान राहिलं नाही. तो वेड्यासारखा तुटकं धनुष्य हातात धरून इकडं तिकडं रंगमंचावर फेऱ्या घेऊ लागला. सुचतील तसे संवाद फेकू लागला. 'हा बघा टिपला गनिम, म्हणून मी म्हणत्ये! कुठं आहे गनिम?'

म्हणता म्हणता भांबावलेल्या दत्तूनं उभ्या रंगमंचाचा ताबा घेतला. जिजाऊचं सत्त्वप्रधान, स्त्रीश्रेष्ठ पात्र हां हां म्हणता संशयानं पछाडलेल्या ऑथेल्लोसारखं स्टेजवर वावरू लागलं. भयानक संवाद आणि मी मी म्हणविणाऱ्या कोणत्याही मानसशास्त्रीय अभ्यास असलेल्या नाटककारालाही पारखता येणार नाहीत असे भावविभाव दत्तूच्या गोंधळल्या चेहऱ्यावर उभे ठाकले.

आपल्या पोटात साक्षात शिवाजीराजे आहेत हे विसरलेला दत्तू, होळीच्या दिवशी पोळीचं जेवण हाणल्यानंतर फिरवितो तसा मध्येच पोटावर हात फिरवू लागला.

त्याला फक्त एकच एक माहीत होतं - 'हातचं धनुष्य तुटलं आहे.' मध्येच तो पडद्याजवळ जात होता. दबक्या, बोबड्या आवाजात दिग्दर्शकाला उद्देशून म्हणत होता, 'खरपे मास्तर, धनुष्य तुटलंय.' लावलेल्या ध्वनिक्षेपकावरून ते चक्क प्रेक्षकांना ऐकू जात होतं.

दिग्दर्शक खरपे मास्तरांना स्टेजवर मासाहेब कसल्या पेचात आहेत याचा काहीच बोध होईना. स्टेजवर एकसारख्या केलेल्या हालचालींमुळे दत्तूच्या पोटावर बांधलेलं कापडी बोचकं ढिलं झालं!!

हवालदिल झालेले प्रेक्षक हिंदकळत्या शिवाजीराजांचे हाल बघायला तयार नव्हते. त्यांना वाटत होतं कुणीतरी स्टेजवर यावं आणि जिजाऊंच्या धनुष्याची प्रत्यंचा सर्वांसमक्ष लावून द्यावी. तसं झालं असतं तर - तर जिजाऊ, (तिच्या पोटातील म्हणून शिवाजीराजे), प्रेक्षक साऱ्यांनीच त्या माणसाला मुजरा घातला असता.

स्टेजवर चाललेला सगळा प्रकार बघत प्रेक्षकांच्या पुढच्याच रांगेत म्हातारा पुंडलीक गवळी बसला होता. अडलेल्या म्हशींचंसुद्धा 'दुक' माहीत असलेल्या पुंडलीकबानं तोंडातील पानाची पिंक टाकली आणि तो मोठ्यानं ओरडला - 'आरं, बाई गाबसांडीला आली. किती हाल करछीला तिचं! पडदं की रं टाका मुर्दाडांनू!'

पडदा पडला आणि एका ऐतिहासिक गर्भपाताच्या तडाख्यातून 'शिवसंभव' हे नाटक सहीसलामत सुटलं.

बोचक्याची हाय खाल्लेल्या दत्तूनं पुढच्या प्रवेशासाठी ते चक्क काढून बाजूलाच ठेवलं. कुणीही कितीही सांगितलं तरी त्याचं एकच तोतरं पालुपद, उत्तर म्हणून तो देऊ लागला, 'माऽऽ माऽऽ माझ्या पोऽऽ पोऽऽ पोटाचं काय माऽऽ माऽऽ माप घेतलंय कुणी?'

एकदा एक हौशी शीख प्रवासी चंदिगडहून मोटार-सायकलनं गोव्याच्या प्रवासाला निघाला होता. त्याची गाडी आमच्या गावात येऊन बंद पडली. रात्री केव्हातरी तो गावात आला होता. कुठल्यातरी खानावळीत जेवून त्यानं रात्र काढली. सकाळी उठून तो हत्यारं घेऊन गाडी दुरुस्त करायच्या खटपटीला लागला.

आमचे यंत्रमहर्षी दत्तोपंत 'लोटा परेड' आटोपून रिकाम्या तांब्याचा हात पाठीशी धरून परतत होते. बंद गाडी बघताच दत्तू स्वभावधर्माप्रमाणं थांबला.

"क्यूंऽऽ सऽऽ सरदारजी क्या हुया गाडीकू?" दत्तूनं त्याला 'आजरा' उर्दूत विचारलं.
निळा साफा कानाभोवती बांधलेल्या सरदारजीनं दत्तूला निरखलं. शाहू मिलच्या मांजरपाटाचा पायजमा आणि पांढरा हाफ शर्ट असलेला, पायात पायताणं नसलेला, गवार दत्तू बघताच चिडलेला सरदारजी तुसडेपणानं म्हणाला, "जाय हो झाडे को, तुम्हार काम नही।"
"हाऽऽ हऽऽ हमना जमताय क्या देखतू तो।" म्हणत दत्तूनं हातातील तांब्या खाली ठेवला.
शीख गाडी तपासून हैराण झाला होता. त्याला डिफेक्टच सापडत नव्हता. दत्तूनं गाडीला हात लावला आणि पाच मिनिटातच वर उभा राहात तो सरदारजीला म्हणाला, "मॅऽऽ मॅऽऽ मॅचीस है सरदारजी?"
"अरे हम सिगार नही पिता।" सरदार तुसडेपणानं म्हणाला.
"मऽऽ मऽऽ मगर हम पिता है।" दत्तूनं त्याला ऐटीत सुनावलं.
"डिऽऽ डिऽऽ डिफेक्ट मिल गया। मऽऽ मऽऽ मगर पिला हाऽऽ हाऽऽ हाथी लाव।" धिप्पाड खिशाला तो वेटर असल्यासारखं दत्तूनं चक्क ऑर्डर सुनावली.
शीख चित्कारला, "मिल गयाऽ।"
हातानं आगकाडी ओढल्याची व बोटांनी ओठात सिगारेट ठेवण्याची फक्त ॲक्शन दत्तूनं केली.
शीख मुकाटपणानं पानाच्या दुकानाजवळ गेला. पिवळ्या हत्तीचं एक पाकीट आणि काड्याची पेटी दत्तूसाठी घेऊन आला.
दत्तूनं सिगारेटचे फवारे उठवले आणि आपण नॅट विमान तयार करणारे डॉ. घाटगे आहोत अशा टेचात त्यानं सरदारजीला सांगितलं, "चेऽऽ चेऽऽ चेन टूट गया है इसका।"
ते ऐकताना सरदारजीचा चेहरा मात्र खेटरं मारल्यासारखा झाला. आता चेन तुटली तर या गावंढ्या गावात नवी कुठली मिळणार? आता एस.टी. नं कोल्हापूर गाठायला पाहिजे. पुन्हा साठ मैल मागं जाऊन यायला पाहिजे.
"डऽऽ डऽऽ डरो मत. हऽऽ हऽऽ हम ठीक कऽऽ कऽऽ करेंगे इस लौंडीको।" टीचभर दत्तूनं हातभर शिखाला धीर दिला.
सिगारेटचं थोटुक फेकीत दत्तू गाडीला भिडला. तुटली चेन त्यानं बाहेर काढली. तिचा प्रत्येक सांधा तपासून बघितला. मग पिसे शिंप्याच्या दुकानातून टेप आणवून, त्यातील एक सांध्याचं काटेकोर माप घेतलं. स्वत:शीच तो काहीतरी पुटपुटला.
'चऽलो' त्यानं शिखाकडं न बघताच त्याला आज्ञा केली. गुरूनानकामागून जावा

तसा शीख दत्तूमागून चालला. दोघेही बारकू सुताराच्या मेटावर आले. बाळकूला ऐरणीवरच्या लोखंडी धावेवर घण घालण्यापूर्वी घशाखाली जरा गावठी सोडायची सवय होती. आता तो घेऊनच बसला होता.
प्रवाशी, खाकी ड्रेसातील, उंचपुरा शीख बघताच बाळकू गडबडला. पेटता भाता आपल्या पोराच्या हवाली करून तो मेटावरनं घरात घुसला.
चतुर दत्तूनं हे ओळखलं. त्यानं बाहेरूनच बाळकू सुताराला सादवलं, "अगा ये बाऽऽ बाऽऽ बाळकूमामा, बाहेर ये, ह्यो साऽऽ साऽऽ साहेब न्हाई."
बाळकू बाहेर आला. त्याला डोळे मिचकावून दत्तू म्हणाला, "अगा ह्ये लोक दिऽऽ दिऽऽ दिसायला दांडगेच असत्यात. लऽऽ लऽऽ लई लढाऊ जात असती ही. जरा साऽऽ साऽऽ सांडस दे. ह्येची चेऽऽ चेऽऽ चेन जोडतो."
दत्तूनं चेन भात्यासमोरच्या निखाऱ्यात टाकली. एका जाड पत्र्याच्या चेनच्या सांध्यासारखा सांधा कातरून काढला. चेन लाल होताच सांडशीनं ती बाहेर घेत त्यानं शिखाला सुनावलं, "हा. सऽ सऽऽ सरदारजी, उठाव घण."
सरदारजी मुकाट पुढं झाला. दत्तू सांगेल तसा घणाचे तडाखे देऊ लागला. चेनचा दुवा बेमालूम जोडला गेला. ती पाण्यात टाकून दत्तूनं थंड केली. सरदारजीनं दिलेल्या पाकिटातील एक सिगारेट बाळकूला दिली. एक आपल्या हाती घेतली. काडी खर्च न करता, भात्यासमोरच्या निखाऱ्यावरचा एक निखारा सांडशीनं उचलला. दोघेही धुराचे भपके उठवू लागले.
हसून दत्तू बाळकूला म्हणाला, "बऽ बऽ बघितलास न्हवं बाऽ बाऽ बाळकूमामा किती लढाऊ जात असती ही. धड घऽ घऽ घण बी उचलाय येत न्हाई पऽ पऽ पठ्ठ्याला! लऽ लऽ लई फोफशी रं ही!" दत्तूनं शिखाकडं बघत धुराचे लोळ उठविले.
ते दोघेही आपल्याबद्दलच काहीतरी बोलताहेत हे शिखाला कळलं. त्यानं विचारलं, "क्या हुवा मैकनिक?"
"कुछ नही. इसकू बताया. तुऽ तुऽ तुम्हारा लोक किऽ कितना सूर है।"
शीख खुशीनं हसला. त्यानं मिश्यांना पीळ भरला. हनुवटीखालची दाढीतील जाळी नीट बसती केली.
दत्तूनं जोड दिलेली चेन शिखाच्या गाडीला बसविली. ती फिट्ट बसली होती.
"हांऽ करो टेऽऽ टेऽ टेस्ट!" दत्तूनं गाडीकडं हात करीत सरदारजीला सांगितलं.
सरदारजी गाडीवर बसेना. दत्तूच्या गावठी पद्धतीनं घडलेल्या चेनची त्याला शंका आली!
"क्या हुया?" दत्तूनं विचारलं.
"अरे ये फिरसे टूटा तो गड्डेमें डालेगा हमको!"

"उऽऽ उऽऽ उसकू मरगट्ठा लऽ लऽ लगता है भगतसिंगके बऽ बऽ बच्चे!" म्हणत दत्तूनं गाडीवर टांग टाकली. आणि कॉक सोडून गाडीला किक दिली. फड फड करीत दत्तू गाडीसह क्षणात उडाला. बाणासारखा चार मैलांचा फेर टाकून परत आला.

सरदारजीची भीती चेपली. "चल ए मैकनिक गोवा आता है? मजा करेंगे." सरदारजीनं खुशीत येऊन विचारलं.

उजव्या हाताचा अंगठा ओठाकडं नेत बाटलीचा हावभाव करीत दत्तूनं विचारलं, "पऽ पेऽ पेट्रोल देगा क्या?"

"चल बैठ. केडा मैकनिक मिला रे तू।" म्हणत शिखानं दत्तूला मागच्या सीटवर बसायचा इशारा केला.

शेजारी उभ्या असलेल्या कांत्याच्या हातात आणलेला तांब्या देऊन दत्तूनं त्याला सांगितलं, "घऽ घऽ घराकडं सांग. गोव्याला गेलो."

आणि परसाकडं म्हणून बाहेर पडलेला दत्तू, सरदारजीची गाडी दुरुस्त करून देऊन, मांजरपाटाच्या पायजम्यावर त्याच्याबरोबर गोव्याला निघून गेला.

आठ दिवसांनी ते दोघेही परत आले. आपल्या हातातील कडं काढून ते दत्तूच्या हातात भरीत सरदारजी भरल्या आवाजात म्हणाला, "केडा मै चंडीगरका केडा तू आजरेका. याद रख, चंडीगर आ कभी." आणि शिखानं दत्तूला ऊरभेट दिली.

दत्तूसारखा अजब शिकारी, उभ्या शिकारीविश्वात झाला नसेल. निष्णात शिकारपटू वाघ, सावजाची रोमहर्षक शिकार करतात. दत्तू मात्र आपल्याबरोबर घेतलेल्या शिकार खेळ्यांचीच एकदा शिकार करणार होता.

दिगू, नारायण पावणा, ढोरक्या कृष्णा अशी चार-पाच मंडळी बरोबर घेऊन एका जीपसह दत्तू अंबोलीच्या घाटात शिकारीसाठी उतरला. फार मोठी योजना त्यानं आखली होती. डबल बॅरलच्या दोन बंदुकी, जीप, कपाळावर बांधायचा सावज हेरून थोपविणारा सर्चलाइट असा सरंजाम दिमतीला होता.

हा सर्चलाइट अर्थातच दत्तूनं तयार केला होता. एका जुन्या ट्रकची लाइटकेस काढून सेल्सवर तिच्यातून प्रखर प्रकाशझोत पसरेल अशी व्यवस्था दत्तूनं आपल्या कल्पक टाळक्यातून तयार केली होती. खरं म्हटलं तर ती किती परिणामी होतेय हेच या शिकारीतून दत्तूला 'टेऽऽ टेऽऽ टेस्ट' करून बघायचं होतं.

शिकार तांडा अंबोलीच्या घाटात उतरला. रात्र पसरली. जीपचा वरचा टप मोडून मागं टाकण्यात आला. दत्तूनं आपल्या कपाळावर पाणबुडे बांधतात तसा 'दत्तू-मेड' सर्चलाइट बांधला. जीप घाटाच्या वळणावळणांत फिरवायची होती. या

रानात जनावरं रस्त्याच्या कडेला येतात. कधीकधी रस्त्यावरही उतरतात. शंकर ड्रायव्हर घाटातील अवघड वळणावरून जीप फिरवू लागला. दत्तू कपाळीचा सर्चलाइट फिरवू लागला. दिगू, नारायण पावणा यांनी डबल नळीच्या बंदुका रोखल्या.

बराच वेळ गेला, जनावर दिसेना. सारे हिरमुसले. दत्तूला आपल्या सर्चलाइटवर आज जनावर पाहायला पाहिजे होतं. काहीतरी सुचल्यासारखं करीत, दत्तू शंकर ड्रायव्हरला म्हणाला, "वऽऽ वऽऽ वस्ताद, जीपचं लाइट डिऽऽ डिऽऽ डिम कर. तुऽऽ तुऽऽ तुझ्या दिव्यानं जनावर बुऽऽ बुऽऽ बुजतंय."

"च्यायला दत्त्या, बाईच्या केसाच्या गुतवळीगत ही वळणं हाईत. मारतोस का काय साऱ्यांस्नी!" शंकरनं एक वळण सफाईनं घेता घेता त्याला हासडलं.

"फुऽऽ फुऽऽ फुकट सर्व्हिस केलीय मिऽऽ मिऽऽ मिल्ट्रीत वस्ताद, तू घे हा लाइट मीऽ मीऽ मीऽ घेतो स्टेअरिंग." दत्तूनं त्याला सुनावलं.

शंकर त्याच्या हातात स्टिअरिंग द्यायला तयार नव्हता. शेवटी कंटाळून शंकरनं जीपचे लाइट डिम केले.

विजयी वीराच्या थाटात दत्तू आपला सर्चलाइट रानोमाळ फिरवू लागला. शंकर डोळ्यांत जीव आणून अंधूक दिसणाऱ्या रस्त्यावरची वळणं सावधपणे घेऊ लागला. दिगू, नारायण सावध चित्तानं बंदुकीच्या नळ्या पेलून बारफेकीच्या पवित्र्यात उभे राहिले.

एकाएकी दत्तूच्या सर्चलाइटचे लाल गुंजेसारखे डोळे रस्त्यावर लागले. खूण झाली. जीप थांबली. दत्तूनं लाइट न हलविता स्थिर धरला. रस्त्यावर एक प्रचंड बिबळ्या वाघ आडवा बसला होता.

वाघावर बार टाकायचा काय? कच्चा लागला तर आपण काही मचाणात नाही. "दिऽऽ दिऽऽ दिग्या, बार टाक." दत्तूनं दबक्या आवाजात दिगूला दम भरला. क्षणभर त्याच्या हातातील लाइट थरथरला. तेवढ्यानंसुद्धा बसलेला वाघ शेपटी चाळवीत उठला. त्याच्या अंगावरचे पट्टे लखलखत होते. त्यानं जीपकडं मोहरा धरला. एवढ्यात रस्त्याच्या पलीकडच्या बाजूनं गोवा मार्गे निघालेला एक ट्रक 'घुंई घुंई' करीत त्या वळणावरच आला.

ट्रक आणि सर्चलाइट यांच्या प्रकाशात उजळून निघालेला वाघ गोंधळला. आपल्याकडं पाठमोरा असलेला वाघ वाटेतून हटावा म्हणून ट्रकड्रायव्हरनं कर्णकर्कश हॉर्न दिला. त्या आवाजानं बिचकलेला वाघ, शेपटी गरागर फिरवीत, जीपच्या रोखानं, पावलं टाकू लागला.

आता जीपमधल्या दिगू, नारायण पावणा या पट्टीच्या शिकाऱ्यांची पाचावर धारण बसली. त्यांना हातात बंदुका असून बार टाकता येत नव्हता. कारण

वाघाच्या बरोबर पाठीमागं ट्रक होता. गोळी चाटून ट्रकमध्ये शिरली तर! सारेच गडबडले.

"रिऽऽ रिऽऽ रिव्हर्स घे वऽऽ वऽऽ" दत्तूला 'वस्ताद' म्हणताच येईना. शंकरनं रिव्हर्स टाकला. जीप मागं घेताना त्याला भान राहिलं नाही. आणि 'धडाधडाऽऽ ठोऽऽ' असे चित्रविचित्र आवाज उठले. घाटाच्या एका बाजूला असलेल्या दरीत जीप कलंडली होती. सगळ्या शिकारपटूंच्या घरवालींचं कुंकूबळ मोठं होतं म्हणून, उलट्या काड्याच्या पेटीसारखी जीप एका मोठ्या आंब्याच्या झाडाच्या बुंध्याला टेकून थांबली होती.

दत्तूचा सर्चलाइट अस्मानातील चांदण्या मोजत होता. दिगू, नारायण यांच्या बंदुकीच्या नळ्या एकमेकींना थडकून चाप पडल्यानं 'ठोऽ ठोऽ' आवाज उठले होते. वस्ताद शंकर जीपच्या चक्रापासून उडून बाहेर फेकल्यानंच वाचला होता. उलट्या जीपची चक्रं गरगर फिरत होती.

चित्रविचित्र आवाजानं बिथरलेला वाघ डरकाळी उठवून, कडेच्या जंगलात झेप घेऊन पसार झाला म्हणून ठीक!

ट्रक-ड्रायव्हरनं क्लीनरच्या मदतीनं त्या अजब शिकारपटूंना बाहेर काढलं. जागजागी मुक्या मारानं अंग ठेचलेल्या दत्तूची जीभ मात्र शाबूत होती. त्यानं बाहेर येताच ड्रायव्हरला विचारलं, "सऽ सऽ सर्चलाइट कुऽ कुऽ कुठाय?"

ड्रायव्हर कोकणा होता, तो ताडकन म्हणाला, 'मरां दे तुजो लाइट. तुज्या जीवाचो लाइट जाई व्हता! देवाक नारळ दी घाटच्या. किती नग हाडललंय तुया? मोजान बग!'

प्रकाशाला मासा लोभी असतो हे हेरून, मासेमारीच्या तंदुसी गळाबरोबर बॅटरीचा पेटता बल्ब पाण्यात सोडण्याची अजब कल्पना दत्तूलाच सुचावी. पाणी खेचण्याच्या मशीनचा डायनामो आणून, त्याचा प्रचंड आवाज रंगपटामागं उठवीत स्टेजवर 'लाइट इफेक्ट्स' द्यावेत ते दत्तूनंच. सामग्री मिळणं शक्य नव्हतं म्हणूनच नाहीतर दत्तूनं अडखळती जीभ दाताखाली धरीत गावातच हेलिकॉप्टर बांधलं असतं. निमजग्याच्या माळावरून त्याचं उड्डाण करून, संतूच्या 'हिंदमाता' हॉटेलवरून जाताना तो मिश्कीलपणानं म्हणाला असता, 'संऽऽ संऽऽ संतबा, एक प्लेट भऽ भऽ भजी आणि एक स्ट्राँऽऽ स्ट्राँऽऽ स्ट्राँग च्या! अर्जंट!'

दत्तूनं आपली अडखळती जीभ पाने, मार्तूल, व्हायसर, व्हील, पिस्टन या यंत्रफौजेशी मूकपणे बोलण्यात अखंड गुंतवून ठेवली आहे. आश्चर्य वाटेल पण दत्तू मशीनच्या पार्टशी एकटाच असताना बोलतो.

एखादी स्प्रिंग हातातून एकसारखी सुटून हवी त्या जागी बसेनाशी झाली की

वैतागून दत्तू हाताची चिमूट तिच्या रोखानं नाचवीत म्हणतो, ‘अहा गं, लटपट लटपट तुऽ तुझं चालणं - गं चालणं!’

एखाद्या मोटार-सायकलचा फडफड असा मोठा आवाज, दुरुस्तीची खटपट करूनही कमी होईनासा झाला की दत्तू तिच्या सीटवर थाप मारून म्हणतो, ‘च्यायला, काऽऽ काऽऽ कांगरिटात भरती झाऽऽ झाऽऽ झालीस काय?’

दारिद्र्यातही हसतमुख, चावेबाज असलेल्या दत्तूच्या दारात कधी साक्षात कुबेर उभा राहून त्याला म्हणाला, ‘दत्तू मेस्त्री, जरा येताय का?’ तर दुरुस्तीसाठी हाती घेतलेल्या घड्याळात खुपसलेली मान जराही वर न घेता दत्तू त्याला उत्तर देईल, ‘आत्ता नाही; हे जरा टेऽऽ टेऽऽ टेस्ट करतो!!’

९.

नारायण पावणा

जशा युद्धाच्या असतात तशाच शिकारीच्या कथाही 'रम्या:' असतात. प्रत्यक्ष शिकार करताना बघण्यापेक्षा, 'शिकार कशी केली' हे सांगताना शिकाऱ्याला बघणं फार फार गमतीचं असतं. आपल्या चेहऱ्यावर आवश्यक तेव्हा तीन-चार उद्‌गार चिन्हं पसरविण्याचं कसब जर तुमच्याजवळ असेल, तर शिकारीच्या कथा सांगताना शिकारी हमखास खुलतो. वाघ, सिंह, हत्ती, रानसावज, साळींद्र, गवा, रेडा सगळ्या 'जनावरांचे' भाव अशा वेळी शिकाऱ्याच्या मुद्रेवर सहजी उतरलेले दिसतात.

राजकारणात 'लष्करी हुकूमशहांची' असते तशी एक मजेदार मनोवृत्ती शिकाऱ्यांची असते. त्यांना प्रश्न नको असतात, आडमुठे प्रश्न तर त्यांना मुळीच मानवत नाहीत. ताबडतोब ते तुम्हाला 'डरपोक, शेपटीघालू' अशा शेलक्या, रानवट विशेषणांच्या काठीवर, मेल्या सावजासारखे उलटे टांगायला कमी करीत नाहीत. आपण धरून चालायचं असतं की, सांगणारा शिकारी शूर असतो, सेनापती असतो. आपण आपले आहोत बुणग्यासारखे!

जेव्हा धुवट जगाची व त्याच्या पळणीटी कथांची मला उबग येते तेव्हा अशा एका इरसाल शिकाऱ्याला मी घरी बोलावून घेतो. चहा उकळायची सूचना घरात देतो आणि आलेल्या कुणबाऊ असामीला म्हणतो, "काय नारायन पावनं, आवंदा पोस्ताला भारी एकुल लोळविला म्हनं?"

"कुठला भारी राजं, हुता धा जनांच्या वज्याचा!" नारायण-पावणा सहज सांगताना मखलाशी करतो. दहा माणसांनाच उचलता येईल एवढा एकुलगा आपण मारलाय हे तर त्याला सांगायचं असतंच पण दहा जणांच्या ओझ्याचं जनावर म्हणजे काहीच नव्हे अशी एक सूक्ष्म शेखीही त्यात दडलेली असते.

'नारायण-पावणा' हा शिकारी आहे. कसबी आणि धाडसी. पण त्याच्याकडं बघताना कुणालाही वाटणार नाही की हा एक पट्टीचा शिकारी असावा. कारण त्याला अंगावर फुगेदार आचकन, स्काउटबॉयसारखा खाकी शर्ट किंवा डोकीवर हॅट, पायात 'हंटर-शूज' घातलेला असा मी कधीच बघितलेला नाही.

उंचीला बेताचा, मूळचा तांबूस-गोरा पण उन्हातान्हात भटकल्यामुळं, रापल्यावर चांदीचा रुपया दिसेल तशा रंगाचा. राठ, झिपऱ्या मिश्यांचा, सुंदर कमानबाक असलेल्या भुवयांचा आणि दाट कुरळ्या केसांचा. नारायण-पावण्याचा पोशाख काय? तर पट्ट्यापट्ट्यांची एक अंडरवेअर आणि वर हातोप्याला बटणं नसलेलं एक मातकट शर्ट! अंडरवेअरचा उजवा खिसा पानाच्या चंचीनं आणि तंबाखू-चुन्याच्या डबीनं तट्ट फुगलेला. वजनानं तो भाग खाली ओघळलेला. त्याला पाहिल्याबरोबर कुणालाही वाटावं की, हा आत्ताच आपली पिठाची चक्की बंद करून आला असावा.

नारायणला आम्ही 'पावणा' म्हणत होतो. दूरच्या 'शिरोली' नावाच्या गावाचा तो वतनी देसाई होता. लांबून कुठूनतरी त्याचं आमच्या घराशी नातं होतं. 'असंल माजा हारी, तर घेईल मनावरी' म्हणणाऱ्या त्याच्या आजीचा आणि माझ्या वडिलांचा फार घरोबा होता. त्यामुळं आम्ही त्याला 'नारायण-पावणं' म्हणायला सुरुवात केली आणि आमच्या जाहिराती स्टंटला उभा गाव बळी पडला. सगळ्या गावचा नारायण 'पावणा' झाला.

गरज ही शोधाची जननी असते हे तर खरंच, पण 'हौस' हीसुद्धा शोधाची जननी- आई होऊ शकते. वाढत्या महागाईमुळे शिकाऱ्यांची एक पंचाईत झाली. काडतुसांच्या किंमती भरमसाट वाढल्या. एक एक एल.जी. काडतूस अकरा रुपयांचा भाव सांगू लागलं. नारायण-पावण्याची शिकारीची हौस त्यामुळं तुंबा मारल्यागत झाली.

'च्यायला या सरकार-पावन्याच्या, ह्यो गडी आता मातीबी इकनार धा रुपयं मापानं.' नारायणानं काडतुसाच्या महागाईवरची आपली प्रतिक्रिया एकदा माझ्यासमोर नोंदवली! त्याची आपली कल्पना असावी की, 'सरकार' या नावाचा कुणीतरी एक 'गडी' आहे. तोसुद्धा 'शिकारी' असावा. जरा भारीपैकी! काडतुसं बाजारात सोडणं हे त्याचंच काम असावं!

किंमती वाढल्या म्हणून 'शौक' थोपवील तर तो मराठी माणूस कसला! नारायण-पावण्यानं एक अजब शक्कल काढली. मिळेल त्या शिकारशौकिनांकडून त्यानं, वापरून निकाम्या झालेल्या काडतुसाच्या केसीस गोळा केल्या. त्यांच्या ठेचलेल्या केपा टवळ्यातून उचकून काढून, त्याजागी नव्या केपा बसवून गावठी पद्धतीनं काडतुसं भरण्याचा उद्योग नारायण-पावण्यानं

सुरू केला.

एकदा माझी दाढ अतिशय ठणकायला लागली. गालफडात आवळा धरल्यागत दाढवानाची तयारी, सूज आल्यामुळं दिसू लागली. नारायण-पावणा कसलीतरी झाडोऱ्याची औषधीकाडी दाढेच्या ढोलीत घालून फिरवितो आणि मग आपले डोळे उलटे होतील असा एक भरमाजाचा, गुब्बार किडा काडीला धरून बाहेर काढून दाखवितो असं मी ऐकून होतो.

सुजल्या गालफडावर तळहात दाबीत, थंडी बोचल्यासारखा 'सूऽ सूऽ' करीत मी नारायण-पावण्याच्या काडतुसाच्या कारखान्यात आलो. स्वत:ला हरवून गॅलिलिओ आकाशात डोळे लावून बसायचा, तसा नारायण-पावणा काडतुसाच्या टवळ्यावर डोळे जोडून खटपटीत बसला होता. खालचा ओठ दाताखाली बंदुकीच्या चापागत दाबून तो काडतुसातील ठेचलेलं केप उकलून काढण्याच्या नादात अवघं विश्व विसरला होता.

'सूंऽ सूं' मी न बोलताच त्या शिकाऱ्याची आपल्याकडं नजर जावी म्हणून जाळीत रानसावज धुसफुसतं तसा सुंकारलो.

त्यानं गर्दन वर उचलली. मी गालफडाकडं हात दाखवून ठणकत्या दाढेचा त्याला संकेत केला.

"एक मिलिट हां राजं. एवढी हातातल्या काडतुसाची टाप मारतो. मग फिरवतो काडी." नारायण-पावणा मला बाकड्यावर बसण्याची डोळ्यांनीच खूण करीत म्हणाला.

मी बाकड्यावर टेकलो. नारायण-पावण्यानं काडतुसाच्या टवळ्यात नवं केप मोठ्या शिताफीनं बसविलं. नळकांड्यात बारीक दारू आणि शिपभर छर्रे घालून, त्यावर नारळाच्या शेंडीच्या बुरणुसाचे गोळे भरीला देऊन, एका खुट्ट्यानं तो काडतूस ठेचून हलक्या हातानं एकजीव करू लागला. ठकाठकीबरोबरच त्याच्या तोंडाची धुराटी बंदूक चालू झाली - 'मायला, रानाला जनावर न्हाई. बाजाराला काडतूस न्हाई. मानसाला आन न्हाई. भीक मागायची सुई न्हाई! राजं, ह्यो सरकार-पावना दावता का एक डाव. वडून घालतू बंदूख त्येचावरऽ' मनातल्या शिणकेचं बोलताना नारायण-पावण्याचा ठोका हातातल्या खुट्ट्यावर दाबजोरीनं पडला. काय होतंय हे त्याला आणि मला कळायच्या आत कानपडदे ठणकावून टाकणारा आवाज उठला - 'सणाऽऽ ण!' धुरानं सगळा सोपा दाटून गेला. पावण्याच्या हातातलं काडतूस फुटलं होतं! त्यातल्या छर्ऱ्यांनी आमच्या टाळक्यावरच्या छप्परातील दहा-वीस खापऱ्या उधळून लावल्या होत्या. खुट्टा एकीकडं, ठेचणीचं वजनी माप दुसरीकडं आणि मध्ये इंग्लिश चित्रपटातील धमासान पिस्तूलबाजी

करून घायाळ होऊन पडलेल्या मस्केटरसारखा दिसणारा नारायण-पावणा, असं क्षणभर वाचाबंदी करणारं दृश्य सोप्यात तयार झालं.

माझ्या दाढेतील ठणका कुठच्या कुठं पसार झाला. तिथून उठून तो मेंदूत घुसला होता.

भेदरलेल्या थोबाडानं मी नारायण-पावण्याला उठवायला पुढं धावलो. तो बेशुद्ध झाला होता. त्याच्या झिपऱ्या मिश्यांची पुढं आलेली लव पार जळून खाक झाली होती. दारूच्या भडक्यानं त्याचा चेहरा होरपळून निघाला होता. एकाद-दुसरा चुकार छर्रा त्याच्या गालफडाला चाटून उडाला होता.

काडतुसाच्या आवाजानं हां हां म्हणता, 'काय झालं? बार कसला? सापावर घातली असंल बंदूक वडून त्येनं' असं म्हणत दहा-वीस माणसं गोळा झाली. सगळ्यांनी नारायण-पावण्याला दवाखान्यात हलविला. मला मात्र त्याला सोप्यातून बाहेर काढताना बघून वाटलं की, हा थोडा जरी शुद्धीवर असता तरी जळक्या मिश्यांवरून आपली राठ बोटं फिरवीत नक्कीच म्हणाला असता -

'बघितलासा न्हवं राजं? म्या काय म्हणीत हुतो? ह्यो सरकार-पावना लई बारबिंडा हाय. बंदूखच वडून घालाय पायजे त्येच्यावर!'

एकदा संतू मोहिते या गावच्या गुणी वैद्यानं नारायण-पावण्याला एक नामी 'उतारा' सांगितला.

'काळं जनावर जर जित्तं घावलं, तर त्येच्या तोंडात आपला 'घांडरा' हात तीन येळा घालून भाईर काडावा. हाताला गुन येतो. त्यो हात बैलाला दुखणं झालं की त्येच्या अंगावर फिरवावा. बैल साबासुबा हुतो. आपनहून म्होरं येत जोत्याला मान देतो.' 'काळं जनावर' म्हणजे रानडुक्कर! तो जिवंत असा बघून त्याच्या तोंडात तीन वेळा 'घांडरा हात' म्हणजे 'डावा हात' घालायचा! तो हात वैद्यकशास्त्राप्रमाणं 'गुणी' होतो. बैलाची दुखणी अशा हाताच्या स्पर्शानं बरी होतात. आहे की नाही अजब उतारा!

हा 'उतारा' नारायण-पावण्याच्या कानांवर पडला मात्र त्याची अजब अक्कल शक्कल धुंडाळायला लागली. रानात शिकारीला असताना त्याला मनाजोगी संधी एकदा मिळाली, त्यानं बार टाकलेला एक माजाचा जखमी एकुलगा कळी - समका उसळला आणि जीव घेऊन खिंकाळत धावताना एका पाणंदीत दाटलेल्या चिखलात रुतून बसला. चिखलातून बाहेर येण्यासाठी डुक्कर धडपडत होता. जखमी झाल्यामुळं पोटतिडकीनं खाकळत होता.

नारायण-पावणा त्याच्या आवाजाच्या रोखानं आपल्या शिकारी तांड्यासह पाणंदीजवळ आला. कुणीतरी त्या माजलेल्या, जखमी जनावराला कायमचा लोळवण्यासाठी, बंदूक वर उचलून नेमासाठी खांद्याला लावली. तिची नळी

गपकन हातानं धरून खाली करीत, त्याच्यावर गरगर डोळे फिरवीत नारायण-पावणा त्याला म्हणाला, "हांऽ हत्यार खाली घे, जनावर माजं हाय.'
कुठल्याही शिकाऱ्याला त्याचा विचित्रपणा कळेना. झटक्यात पावण्यानं आपल्या खांद्यावरची बंदूक उतरून एका पोऱ्याच्या हातात दिली आणि सगळ्यांचे श्वास कोंडते ठेवून तो पाणंदीच्या चिखलात उतरला.
"पावन्याऽ, आरं काय करतूस काय? जनावर जाया हाय मर्दा." त्याचा एक जोडीदार ओरडला.
"गपाऽ! बोंम मारू नगा. बॅटरी फेका गुमान.' नारायण-पावणा सगळ्यांना तराटणी देत गचगचलेल्या चिखलातून एकुलग्याजवळ सरकू लागला. त्याला जवळ येताना बघून, भेदरून, संतापून रानडुक्कर विचित्र खिंकाळायला लागला. जवळ जाताच पावण्यानं त्याच्या मुस्कटावर एक सणसणीत ठेवून दिली. पाणंदीच्या काठावर असलेले सारे 'धाडसी' शिकारी ते बघताना शहारले. जखडल्या डुक्कराशी झटापटी खेळून मोठ्या शिकस्तीनं पावण्यानं त्याच्या सुळेबाज थोबाडात हात घातला. घातला नि मग त्याच्या ध्यानात आलं. घोळच झाला होता. गफलतीनं 'उजवा' हात जनावराच्या तोंडात खुपसला गेला होता. चिकलावर पचकन थुंकत स्वत:चीच हजामत करून घेत तो म्हणाला, "थुत् तुझ्या नारायन-पावन्याऽ! ल्येका 'घांडरा' म्हनताना 'सही' हात घातलास थोबाडात!"
अर्धा घंटा त्या 'अर्धमेल्या' रानडुकराशी झट्या घेऊन नारायण-पावण्यानं त्याच्या 'जित्या' थोबाडात डावा हात तीन वेळा घालून बाहेर काढला.
चिखलानं बरबटलेला पावणा 'उतारा' मिळाल्याच्या समाधानानं पाणंदीबाहेर पडला. एखाद्या कुंभारानं भलीमोठी मारुतीची चिखली मूर्ती करायला घेतली आणि ती अर्धवट राहिली तर जशी दिसेल तसा तो दिसत होता.
"आरं, आत्ता तरी टाकू या जनावरावर बार." कुणीतरी त्याच्याकडं बघत धाडस केलं.
वीस हजार रुपये फुकाफुकी मिळवून देणाऱ्या, नुरा कुस्ती करणाऱ्या आपल्या प्रतिस्पर्ध्याकडं कोल्हापुरी पैलवान बघेल तसं पाणंदीतल्या घायाळ सावजाकडं बघत पावणा त्याला म्हणाला, 'आरं, देवस्कीचं झालंय त्ये जनावर आत्ता!! त्येच्यावर कशाला माजीवरच टाक की बार!'
आपण हा सगळा प्रकार कशासाठी केलाय ते पावणा काही कुणालाच बोलला नाही.
दुसऱ्या दिवशी सकाळी उठून त्यानं नदीवर स्वच्छ अंघोळ केली. आपल्याच उजव्या हातानं, 'उतारा' मिळालेला, म्हणूनच 'गुणाचा' समजून आपल्या

'डाव्या' हाताची कुंकू-फुलानं पूजा केली.

नारायण-पावण्याचा गावोगाव दौरा सुरू झाला दुखणाईत बैल ठीक करायला. त्याच्या शिकारी-चाहत्यांनी पंचक्रोशीत भुमका उठवून दिली, 'पावण्याचा हात गुनाचा हाय! निस्ता बैलाच्या पाटीवरनं फिरला तं मराय घातल्याला बैल डुरकत उठतो!' पण हे फार दिवस चाललं नाही. पावण्यानं शेकडो बैलांच्या मानेवरून, पाठीवरून हात फिरविले. पण एकालाही गुण आला नाही.

मग एके दिवशी वैदू संतू मोहित्याला भर पेठेत गाठून पावण्यानं त्याला शिकारी-कुत्र्यांनी डुक्कर येरगटावा तसा येरगटून धरला, "आर, वैदू हाईस काय हज्जाम? घालू का तुझ्या थोबाडात 'धांडरा' हात तीन येळा!" भुवया चढवीत पावण्यानं त्याला तराटणी देत विचारलं. पण संतू मोहित्या बासष्ट औषधी झाडोऱ्याचा पाला खाल्लेला 'नामी' वैद्य होता. तो त्याच्या खांद्यावर हात चढवीत हसून म्हणाला, "उगं वैतागू नगो! तुजां उताराच मुळातनं दोषी हाया! 'धांडरा' हात घालायला सांगितला. त्या जाग्याला तू 'जेवायचा' हात घातलास पहिल्यानं! उतारा त्येनंच 'बादिक' जाला मर्दा! लई जपनूक असती बाबा त्येची!" मोहित्यानं पावण्याला अष्टमात्रा उगाळून पाजली. त्यावर नारायण-पावणा काहीच बोलला नाही. मला मात्र त्यांचा संवाद ऐकताना वाटलं की, आता पावणा पुन्हा नदीवर जाईल. स्वच्छ अंघोळ करील आणि पायातलं खेटर डाव्या हातात घेऊन त्याचे दोन तडाखे आपल्याच उजव्या हातावर ठेवून देताना स्वत:ला म्हणेल, 'च्यायचं, नगो तितं - म्होरं - म्होरं खडमडतंय!'

काही माणसं चार-चौघांसारखी भोवतीच्या समाजात वावरत असतात, पण त्यांचा अजब मेंदू मात्र कुणालाही बुद्धी तातूनसुद्धा सुचणार नाही अशा एका अचाट विश्वात फेरफटका करीत असतो. नारायण-पावणा त्यातील गाळीव, ग्रामीण अर्क!

एकदा गावात कोल्हापूरजवळच्या कदमवाडीचा जादूगार खेळ करायला आला. तापून नुकत्याच निवलेल्या आव्यातून कुंभारानं काढलेल्या मडक्यासारखा तो लालबुंद दिसत होता. कोड पडल्यामुळं तांबड्या दिसणाऱ्या शरीराला 'मॅच' होण्यासाठी, त्यानं मेंदीचा रस लावून केससुद्धा तांबडे करून टाकले होते. गावच्या चौकात आपल्या जादुई पोतड्या आणि नाग-सापांच्या टोपल्या मांडून त्यानं कुडबुड्याची तडतड घुमवली. आडव्या पाव्यावर कातरे कणीदार सूर उठविले - 'लटपट लटपट तुझं चालणं - चालणं!'

नारायण-पावणा बाजारात चुना आणायला गेला होता. ते बाजूलाच ठेवून अंडरवेअरच्या खिशात हात घालून तो खेळ बघत उभा राहिला. जादूगार गमत्या होता. मध्येच पोरांना हुकूम सोडत होता. 'सब बच्चा लोग ताली बजाव!'

फुकटचा खेळ बघताना पोरं हरखून त्याचा हुकूम उचलीत होती.

जादूगाराच्या शेवटच्या 'रोमांचक' खेळाला सुरुवात झाली. त्यानं आपल्याबरोबर असलेल्या दहा-बारा वर्षांच्या पोऱ्याचे डोळे फडक्यानं बांधून त्याला मध्ये जमिनीवर झोपवलं. जादूगार भोवतीच्या जमावात फिरताना मध्येच पाव्याची तान उठवत पोऱ्याला म्हणू लागला, "ये बाबू, इदर आव!"

"आ गया." पोरानं दाद दिली.

"हे बाबाचा हातामंदी काय हाय?"

"थैला." पोरानं अचूक उत्तर दिलं.

"त्येचा रंग काय?"

"सफेद."

"बराबर! कसा वळकला?"

"ताईताने!" पोरगं फटाकड्यासारखी तडातड बिनचूक उत्तरं देऊ लागलं. ते बघताना नारायण-पावणा चळबळला. त्याला या साऱ्या प्रकारात काहीतरी 'चाल' असावी अशी शंका आली.

"अय, गारुडी-पावनं!" नारायणानं त्याला सादवला.

जादूगार पुढं येत म्हणाला, "क्या है?"

"ह्यो तुजा बंगाली बाबू माज्या हातात काय आहे त्ये वळकतो का बराबर?" नारायण-पावण्यानं खोचून विचारलं.

"हांऽ हांऽ पेचानेगा - ताबीतसे!" गारुड्यानं सगळ्यांच्या समोर पावण्याची सलामी स्वीकारली. पाव्याची तान उडवीत कुडबुडं घुमविलं.

"हां मार त्येला हाळी." नारायण-पावणा झोपलेल्या पोराकडं बोट करीत म्हणाला.

"ए, बंगालीबाबू" जादूगारानं ठेका धरला.

"हां." पोरानं साथ दिली.

"इदर आव."

"आ गया."

"ये मूछवाला बाबा क्या बोला?"

"बोला. हमारे हातकी चिज पेचानेगा क्या?"

"दुरुस्त! कैसा पेचाना?"

"ताबीतसे!"

गारुडी नारायण-पावण्याजवळ येत पावा घुमवीत उभा राहिला. पावणा आता हातात कुठलीतरी वस्तू घेईल. अंदाजानं ती कळली की पाव्यातून सांकेतिक सूर काढता येतील. मग डोळे झाकलेला बाबू त्या वस्तूचं नाव 'बराबर' सांगेल.

'बच्चा लोक' ताली बजावेल!

नारायण-पावणा एक क्षणभर विचारात पडला आणि मग झटकन पुढं होत त्यानं जादूगारानं मांडलेल्या पोतडीवरची गुलाल घातलेली मानवी कवटीच उचलून हातात धरली!! बघणारे सारेच चरकले! जादूगाराचा पावा घशातच घोटाळला!

कुस्ती मारलेल्या पैलवानासारखं इरसाल विजयी हसत नारायण-पावण्यानं आपणच बंगालीबाबूला साद घातली, "हे बंगालीबाबू, सांगो हमारे हातमें क्या है?"

बिंग फुटणार म्हणून गडबडलेला गारुडी तांबडी झुलपं मागं सारीत नारायण-पावण्याकडं उसळी घेऊन झेपावला. त्याच्या हातातील कवटी हिसकून घेताना त्याच्या अंगावर खेकसला, 'गव्वारऽ मरना है क्या? ये मंतरका है!'

'आरं, ठावं हा रं तुजा मत्तीर! तुमी लोक खरा मत्तीर कधी सांगत न्हाईसा कुनाला.' पावण्यानं शर्टावर पडलेला गुलाल झाडीत जादूगाराला जामला.

खेळ संपला. बघे पांगले. गारुड्यानं आपल्या पोऱ्याला नारायण-पावण्याच्या मागावर सोडून त्याला बोलावून घेतलं. एक अफलातून 'मंत्र' त्यानं पावण्याच्या कानात सोडला, 'मर्द हो बेटे. मंतर सुनो.'

जादूगारानं नारायण-पावण्याला मंत्र सांगितला, "अमावस्येच्या आधल्या रात्री जिवंत घुबड पकडून आणायचा. त्याच्या सगळ्या सांध्यांची एक यादी तयार करायची. अमावास्येच्या मध्यरात्री घुबडाला अंघोळ घालायची. आपण करायची. प्रसाद म्हणून घुबडाला दारू पाजायची. एक एक सांध्यांचं नाव घेऊन बेलाची काडी त्या त्या सांध्यावर ठेवायची. घुबड माणसासारखा बोलू लागतो. आपल्या कुठल्या सांध्याचा कुठल्या असाध्य रोगावर उपाय चालतो हे तो सांगतो. गळ्यावर काडी ठेवून विचारलं की म्हणतो, 'तुला न्यायला आलोय.' ताबडतोब त्याचा गळा कापून टाकावा लागतो."

नारायण-पावण्याला 'मंतर' देऊन गारुडी निघून गेला. पावण्यानं आपल्या चलाख डोळ्यांनी गावच्या वेशीवरच्या एका मोठ्या वडाच्या झाडावरची, घुबडाची बसकणीची ढोल हेरली. घोड्याच्या शेपटीच्या केसांचे दहा-वीस फासके तयार केले. अमावास्येच्या आदल्या दिवशी पावण्यानं कुणाला पत्ता नाही त्या झाडावर चढून ढोलीच्या तोंडाशी फासक्याचं जाळं पेरलं.

दुसऱ्या दिवशी भल्या पहाटे जाऊन फासक्यात फसलेला घुबड त्यानं पिशवीत घालून घरात आणला. शेजारी असलेल्या फॉरेस्ट-गार्डच्या बायकोनं पावण्याला विचारलं, "हा कसला पक्षी?"

"त्यो राजहौंस हाय! वाड्यात न्हातो." पावण्यानं त्या बाईला उत्तर दिलं.

अमावास्येच्या मध्यरात्री नारायण-पावण्यानं घुबडाला अंघोळ घातली. त्याला फडक्यानं स्वच्छ पुसून काढलं. 'अंघोळ करायची' सवय नसलेला घुबड एक-दोनदा भेदरून घुत्कारला. त्यानं झोपलेल्या शेजाऱ्यांनी भिऊन कुसा पालटल्या. एका पाटावर घुबडाला ठेवून, अंघोळ केलेल्या पावण्यानं त्याची पूजा केली. शेजारी धार लावलेली सुरी ताटात जय्यत तयारी ठेवली. एरंडाच्या पानाच्या नळीतून घुबडाला दारू पाजायला सुरुवात केली. डाव्या हातात सांध्यांची यादी, उजव्या हातात बेलाची काडी अशा थाटात मध्यरात्री पावणा घुबडासमोर ठाण मांडून बसला.

अगोदरच लाल असलेले घुबडाचे डोळे पोटात जाणाऱ्या दारूनं गुंजेसारखे लालेलाल झाले. डोळे परतत घुबड पंख पसरू लागला. पावणा त्याच्या पायाच्या नख्यांवर बेलाची काडी ठेवून त्याला दम देऊ लागला, "मला ठावं हाईत तुज्या खिळ्या! बोलऽ, नख्या कशावर?"

घुबड काहीच बोलत नव्हता. बोलणार नव्हता. आपण ढोलीत आहोत का सगळी ढोळीच आपल्यात उतरलेय ते त्याला कळत नव्हतं.

चार घंटे गेले. पावणा काही जागचा उठला नाही. फटफटायला आलं. आता झोपेच्या झापडीने पावणा आणि दारूच्या तडाख्यानं घुबड दोघंही पेंगायला लागले.

कोंबडा बोंबाटला तसा पावणा दचकून उठला. त्यानं एक इरसाल गावरान शिवी घुबडाला हासडली. पुन्हा पिशवीत त्याला भरून गावाबाहेर सोडून दिला.

त्यानंतर गारुडी काही गावात कधी आलेला नाही. तो जर नारायण-पावण्याच्या नजरेला पडला तर मला खात्री आहे तो त्याची मंतरलेली जादुई कवटीच उचलून ती गारुड्याच्या टाळक्यात घालील.

'लेव्ही' बसलेय याचा फायदा घेऊन भाताची चोरटी ने-आण करणाऱ्यांची नारायण-पावण्यानं एकदा अशीच पाचावर धारण बसविली. होमगार्डचे खाकी कपडे घातलेली सात-आठ जवान पोरं घेऊन पावणा नेहमीसारखा शिकारीला गेला होता. सावज हेरण्यासाठी तो हातातील पॉवरबाज बॅटरी रानात चारीकडं फेकीत होता. त्या प्रकाशझोतात पोत्यांनी शिगोशिग भरलेली एक बैलगाडी आली.

चोरटा भात व्यापार करणाऱ्या त्या गाडीतील व्यापाऱ्यांना वाटलं आपल्यावर ही पोलिसांची धाड आली. त्यांनी बैलांची मुस्कटं वळती केली आणि मागचा पुढचा विचार न करता दात ओठ खात बैल पिटाळायला सुरुवात केली. क्षणात एक भयानक आवाज त्या शांत रानात उठला. दहा-वीस हात खोलावा असलेल्या एका दरीत बैल गाडीसह कोसळले होते.

नारायण-पावण्यानं दरडीत उतरून अगोदर सापत्या ढिल्या करून बैलांना मोकळं केलं. सगळ्यांच्या मदतीनं गाडी दरडीबाहेर काढली. इकडं तिकडं विखुरलेली भाताची पोती पुन्हा गाडीत चढविली. बैलांना पाणी पाजून हुशार केलं. सगळ्या शिकाऱ्यांचा तांडा घेऊन नारायण-पावणा गाडीत चढला. कासरे आपल्या खाशा हातात धरीत त्यानं ती भरलेली बैलगाडी सरळ पोलीस स्टेशनसमोरूनच गावात आणली. बैल कुणाचे आहेत हे त्यांनी ओळखलं होतं.

त्या चोरट्याच्या दारात सरळ गाडी लावून नारायण-पावण्यानं ललकारी दिली, ''अबे ओ न्हन्ह्या भाईर आव! शिकार आव्या है रे!''

न्हन्हूलाल बाहेर आला आणि आपली बैलं आणि गाडी बघताना त्याचा चेहरा खेटरानं मालिश केल्यासारखा झाला!

नारायण-पावण्याला त्याच्या आजीनं रामायण, महाभारत, पुराणं यातील पुरुषांच्या रसबाळ्या कथा सांगितलेल्या आहेत. वेळी-अवेळी तो त्या कथांचे दाखले देतो. त्याचे बादरायणी संबंध प्रचलित जीवनाशी जोडू बघतो. एकदा तो मारलेली भेकरीण सोलीत होता. त्या भेकरीणीच्या पोटातून एक पिल्लाची पिशवी त्यानं बाहेर काढली. माझ्या उभ्या अंगावर काटा उमटला. किळस वाटली त्या दृश्याची. मी त्याला म्हणालो, ''कुठं फेडशील रे ही पापं.''

तोंडातील तंबाखूची पिंक टाकत तो गीता सांगणाऱ्या श्रीकृष्णाच्या टेचात म्हणाला, ''कुनच्याबी जिवाची घ्याई ही खोळीगत असती! जीव त्येवडा जित्ता! ह्यो पिल्लाचा जीव खरा भाग्यशील! कायबी न भोगता एका जल्माच्या फेऱ्यातनं सुटला.'' मला त्याच्या अजब तत्त्वज्ञानाची चीड आली. मी संतापून त्याला म्हणालो, ''मग तुझ्या शरीराची खोळ टाकू या काय कुंपणावर वाळत?''

काहीच न बोलता हातातील पिल्लाची पिशवी परातीत ठेवीत तो उठला. भिंतीला टेकण देऊन उभी केलेली बंदूक उचलून माझ्यासमोर धरीत तो म्हणाला, ''हा टाका बघा वडून बंदूख माजीवर! आन द्या फेकून माझ्या घ्याईचं चिरगूट या पिल्लाबराबर गायरीत!''

मी त्याच्याकडं बघत राहिलो. बंदूक पुन्हा भिंतीला टेकवून ठेवीत नारायण-पावणा भेकरीण नीट करीत करीत मला समजावून देत म्हणाला, ''तसं न्हाई राजं! कुन्याबी जिवाचं मरान त्येच्या स्वासाबरोबरच फिरतं! घडा भरल्याबिगार मारतो म्हून कुनाला न्हाई माराय येत!''

असा हा नारायण- पावणा. अजब, अफलातून! म्हणूनच जेव्हा जेव्हा धुवट जगाच्या पळणीटी कथांची मला उबग येते तेव्हा नारायण-पावण्याला मी

बोलावून घेतो. घरी चहा उकळायला सांगून त्याला बोलता करण्यासाठी सवाल करतो, ''काय नारायन-पावनं, औंदा लई मोठ्ठा एकुल लोळविला म्हनं पोस्ताला!''

१०.

मामू

‘घण् घण् घण्ऽऽ! थोराड घंटेचे टोलांवर टोल पडत राहतात. चैतन्याचे छोटे कोंब उड्या घेत वाड्याच्या प्रार्थनामंदिराकडं एकवटू लागतात. समाधानी चर्येनं मामू स्टुलावरून खाली उतरतो.
रांगा धरून उभे राहिलेले अनघड, कोवळे कंठ जोडल्या हातांनी आणि मिटल्या डोळ्यांनी अज्ञात शक्तीला आळवू लागतात ‘ॐ असतो माऽ सद्गमय -’
मामू एका दगडी खांबाला रेलून आपली चुनेवाणाची सफेद दाढी कुरवाळीत ती समूह प्रार्थना करत राहतो. त्याचं मन कशात तरी गुंतून पडतं.
प्रार्थना संपते. ‘जन गण मन’ ची इशारत मिळते. खांबाला रेललेला मामू पाय जोडून सावधानचा पवित्रा घेऊन खडा होतो.
या शाळेचा मामू एक अवयव झालाय. गेली चाळीस वर्षे तो आपल्या अलिबाबाच्या हातानं घंटेचे टोल देत, असे चैतन्याचे कोंब नाचवीत आलाय. कोल्हापूर संस्थान होतं तेव्हा राजाराम महाराजांच्या कारकिर्दीतील मामूची नेमणूक आहे. त्यानं दोन राज्य बघितली. संस्थानाचं आणि लोकशाहीचं. कोल्हापूरकरांच्या कैक पिढ्या बघितल्या.
खरं तर मामू वृत्तीनं पैलवान. महाराजांच्या काळात त्यानं वाड्यावर शाही खुराक घेऊन कुस्त्या केलेल्या पण माणसाच्या हयातीचं त्याच्या हातात काहीच नसतं हेच खरं. अल्लातालाला जे मंजूर असेल ते नाचिज इन्सान फिरवू शकत नाही. मामूची हीच श्रद्धा आहे.
संस्थानी राजवटीतील मामूची चाकरी मजेत गेली. तेव्हा गुणांची कदर होती. कधी खुलला तर मामू बिडी शिलगावून सांगतो, ‘कैसा राज है ये सर? त्या

वक्ताला या हायस्कूलच्या जिन्यावर तांबड्या रंगाचे रुजामे अंथरलेले बघितल्यात सर. कोलापुरात गोरासाहेब आला. लिनलिथगो म्हन्त्याला. त्याच्या म्होरं म्हाराजांस्नी मुजरा देऊन मी पट्ट्याचे हात केले. म्हाराजांनी सायबाम्होरं फेटा बांधला या शिरावर!'

मामू म्हणतोय ते खरं आहे. त्या वेळी वाड्यावरच्या चाकरांना जे खायला मिळायचं ते आता भल्याभल्यांना बघायला मिळायचं नाही. राजाची अपेक्षा एकच असायची, 'लेको खा, पण इमान द्या!'

मामूच्या सफेद दाढीत जेवढे केस आहेत तेवढ्या त्याच्या आठवणी असतील. खूप बघितलंय आणि भोगलंय त्यानं. महाराजांचा मुक्काम पन्हाळ्यावर पडला तर मामूला भल्या पहाटे उठून साथीदारांसह चौदा मैलांची पायपीट करावी लागलेय पण ही आठवण सांगताना कुठं वेदनेची कळ त्याच्या दाढीधारी चर्येवर तरळत नाही. उलट एका सच्च्या सेवकाला शोभेल अशी अभिमानाची झालर त्याच्या मुखड्यावर उतरते. डोळे किलकिले करीत, भुवया आक्रसून त्याच्या बुढ्या देहातील उमदं मन बोलून जातं, 'सर, फाटेचं धुक्यातनं पन्हाळ्यावर चढणं लई गमतीचं. आता वाटतं पर न्हाई झेपत.'

संस्थानं विलीन झाली आणि असा इमानी चाकरवर्ग चौवाटा पांगला. त्यातच मामू या शाळेत रुजू झाला एक शिपाई म्हणून.

डुईला अबोली रंगाचा फेटा, अंगात नेहरू शर्टावर गर्द निळं जाकीट, जाकिटाच्या खिशात चांदीच्या साखळीचं एक जुनं पॉकेट वॉच, खाली घेराची आणि घोट्याजवळ चुण्या असलेली तुमान, पायात जुनापुराणा पंप-शू हा मामूचा पोशाख आहे.

शाळेत तो शिपाई आहे पण शाळेबाहेर तो बहुरूपी आहे. कुठं फळांच्या मार्केटमध्ये एखाद्या बागवानाच्या दुकानावर घटकाभर बसून त्याचं दुकान चालव, तो हातावर ठेवेल ते अल्लाची खैर म्हणून आपलंसं कर; कुठं एखाद्या मुस्लीम अधिकाऱ्याच्या बच्चाबच्चीला उर्दूची शिकवण दे; कुठं कुणाचा कुराणाचे कलमे पढत निका लाव; जुम्मा रोजाला आपल्या जातभाईंना मशिदीत बसून कुराणाचा असली मतलब सांग - एक ना दोन नानातऱ्हेचे उद्योग मामू करतो.

शाळेतील लोकांना तो शिपाई वाटतो. शाळेबाहेरच्या लोकांना त्याची अनेक रूपं दिसतात. मौलवी, व्यापारी, उस्ताद या सगळ्यांचा अंतर्भाव करता येईल असं साऱ्यांनी त्याला सुटसुटीत नाव देऊन टाकलंय - मामू!

दहा वर्षांपूर्वी मी या शाळेत रुजू झालो. तेव्हापासून या माणसाला जवळून पारखत आलोय. गरीब माणसानं किती आणि कसं हुशार असावं याचा

मामूएवढा मासला मला काही बघायला मिळालेला नाही.
मामूचा गोतावळा मोठा आहे. चार मुलं, मुली, बायको, आई आणि नातवंडं. एवढ्या साऱ्यांचा भार मामू कौशल्यानं पेलत आला आहे. मुलांना जमेल तेवढं शिक्षण मामूनं दिलं. पहिली तीन मुलं नोकरी-धंद्याच्या मार्गाला लागली. पगाराची कमाईची रक्कम बापाच्या हाती आणून देऊ लागली. किडूकमिडूक करून मामूनं एक छोटेखानी पण टुमदार घर बांधलं. त्याची वास्तुशांत करायचं आमंत्रण द्यायला तो माझ्यासमोर आला. म्हणाला, 'सर, एक झोपडं बांधलंय. पायधूळ झाडाय याचचं.' हेच आमंत्रण.
मी मामूच्या घरी 'वास्तुशांत' करायला गेलो. त्याची कर्तबगारी बघून खूप समाधान वाटलं. मामूनं केलेल्या कष्टमय चाकरीचं फळ म्हणून असेल पण त्याची सगळीच मुलं गुणवान निघालीत. पैसा कमावतात म्हणून माज नाही. बापाचा शब्द त्यांच्या लेखी कुराणाचा शब्द आहे. तो कधी खाली पडत नाही.
असंच एकदा मामूच्या घरी त्याच्या दुसऱ्या नंबरच्या मुलाचं, 'शादी-मुबारक' निघालं. ठरल्याप्रमाणं मामू जातीनिशी मला आमंत्रण द्यायला आला. "सर, पोराचं लग्न हाय. यायला पाहिजे."
"मामू, तुमच्या पोराचं लग्न आहे तर न येऊन कसं चालेल? नक्की येईन." मी उत्तर दिलं.
एका मित्राला घेऊन संध्याकाळी शादीच्या मंडपात गेलो. मंडप माणसांनी भरला होता. मामूनं पुढं येत मला हाताला धरून आघाडीला नेऊन बसवलं.
त्या मंडपात आमदार होते, खासदार होते, बडे व्यापारी होते, शिक्षक, प्राध्यापक होते. मुस्लीम जनतेपेक्षा हिंदूंनीच त्या मंडपातील अधिक जागा व्यापल्या होत्या. मामूच्या चेहऱ्यावर कसले तरी गूढ भाव तरळत होते. हयातभर अंगावर पट्टा चढवून शिपाई म्हणून केलेल्या चाकरीचं चीज झाल्याचं समाधान त्याच्या सफेद दाढीभर पसरलं होतं. निका लागला. मामूनं जमलेल्या लोकांचे आभार मानण्यासाठी माईक हातात घेतला.
'आज माज्या मुलाच्या लग्नाला आमदारसाहेब आलेत, खासदार मानेसाहेब आलेत. मृत्युंजयकार आलेत - माज्या गरिबाच्या -' मामूचा कंठ दाटून आला. त्याला बोलता येईना. त्याच्या रूपानं जणू या देशात शेकडो वर्षं राहिलेला पोटार्थी, गरीब मुस्लीम समाज एक काळीजवेधी वेदना सांगण्याचा यत्न करीत होता. ती वेदना शब्दरूप करायला मामूला शब्द सापडत नव्हते. त्याची अनुभवानं पांढरी झालेली दाढी थरथरत राहिली. हातातील माईक मामूनं कसेबसे आभार मानून खाली ठेवला.
'धर्मापेक्षा माणूस मोठा आहे आणि माणसापेक्षा माणुसकी फार फार मोठी

आहे!' असे विचार घेऊनच त्या दिवशी मी मंडपातून बाहेर पडलो.
मामूचा शेवटचा बच्चा माझ्या हाताखाली शिकला. चांगल्या गुणांनी एस.एस.सी. पास झाला. तो पास होताच मामूचं माझ्यामागं लकडं लागलं,
"सर, शाबूला कुठंतरी चिकटवा."
"मामू, हा शेवटचा बच्चा. तुमच्यात कुणीच पदवीधर नाही. याला शिकू द्या. याला नोकरीत अडकवलात की हा संपला. जरा नेट धरा. काही अडलं नडलं मला सांगा." मी मामूला दिलासा देत होतो.
बदलत्या काळाची पावलं ओळखून मामूनं निर्धार बांधला. पोराला कॉलेजात दाखल केलं.
एकदा मामू असाच अचानक माझ्यासमोर आला. हलक्या आवाजात म्हणाला,
"सर, पोरगं हाताखाली शिकलं. पास झालं. बिर्याणी खिलवायची राहून गेली. सांच्याला या. मी पाठवून देतो. घराकडं शाबूला."
"व्वा! मामू, जरूर येईन." मी उत्तरलो.
रात्री शाबूबरोबर त्याच्या घरी जेवायला गेलो. जमिनीवरच सतरंजी अंथरून त्यावर फुलाफुलांचा टेबलक्लॉथ पसरला होता. त्यावर पांढऱ्या स्वच्छ डिशेस मांडल्या होत्या. मी आणि मामू आमने सामने बसलो. मामूच्या मुलांनी वाढण्याचं काम पत्करलं. एक एक पदार्थ डिशेसमध्ये पडू लागला. गरम गरम बिर्याणीवर सागुती पडली. आम्ही दोघं सुखदु:खाच्या गोष्टी बोलत जेवू लागलो.
"सर, आता पेन्शनीत जावं वाटतं. पोरं मार्गाला लागली. आता शाळेतील बाकडी उचलत नाहीत. पाठीत करक भरत्येत." मामू जवळिकीनं बोलला.
"मामू, राह्यलीत दोन वर्षं ती अशीच रेटत न्यायची. खुशीची पेन्शन मागितलीत तर ती कमी मिळणार. रीतसर रिटायर झालात तर पूर्ण पेन्शन मिळेल." मी मामूला सल्ला दिला.
त्या दिवशी मनाजोगं भरपूर जेवलो. मामूनं आणि मुलांनी आग्रह करकरून वाढलं. थोरल्या मुलानं वाढता वाढता प्रश्न केला, "सर, संभाजीमहाराजांवरची कादंबरी कुठंवर आली? लोक वाट बघत्यात."
माझ्या हातातील घास तसाच राहिला. मी त्याच्याकडं बघतच राहिलो. मामूचा मुलगा या कांदबरीची विचारणा करेल याची मला अपेक्षा नव्हती.
"खूपसं लिखाण झालंय. अजून थोडं बांधायचं आहे. ती ऐतिहासिक कथा संदर्भ लक्षात घेऊन बेतावी लागते टेलर." मी उत्तर दिलं.
"लई वाचाय लागत असलं न्हाई!" त्यानं भाबडा प्रश्न केला. मी मान डोलावली.
मसाला पान तोंडात ठेवून सगळ्यांचा निरोप घेऊन घराबाहेर पडलो. रंकाळ्याचा

गारवा अंगावर घेत जावं म्हणून माझी पावलं त्या रोखानं वळली. मामूचं जाणतेपण बोलून गेलं, ''त्या रस्त्यानं कशाला जाता सर. इकडनं शिवाजीपेठेतनं जावा.''

''जातो की रंकाळ्याच्या काठानं.'' मी बोलून गेलो.

''लोक वाईट असत्यात सर. तुमी आपलं इकडनंच जावा.'' मला मामूचा शब्द मोडवला नाही. मी शिवाजीपेठेची वाट धरली.

परवा परवा मामूची बुढी आई अल्लाला प्यारी झाली. तिच्या आठवणी सांगताना मामूच्या डोळ्यांत पाणी तरळलं. 'दुनियेत सारं मिळेल सर पण आईची माया कुणाकडनं न्हाई मिळायची.' हे त्याचे बोल ऐकताना नातवंडं असलेला मामू मला त्याच्या शाबूसारखा पोरवयाचा वाटला. त्याची आई वारली त्या दिवशी शाळेला सुट्टी मिळाली.

हे हायस्कूल शंभर वर्षांवर जुनं आहे. इथलं रेकॉर्ड त्यामुळं अवाढव्य आहे. कुणी माजी विद्यार्थी येतो. १९२०-२२ सालातील आपल्या नावाचा दाखला मागतो. मामू अचूक ते ते रजिस्टर शोधून त्याचं नाव धुंडून काढतो. हाती दाखला पडलेला, बाप्या झालेला विद्यार्थी मामूचा हात हातात घेऊन म्हणतो, ''चलो मामू, चाय लेंगे.''

''कशाला? नगं आत्ताच घेतलाय. कुठं हाय आता तुम्ही?'' मामू त्याचा चहा नाकारण्याचा प्रयत्न करतो. मनात जुन्या आठवणी रेंगाळणारा विद्यार्थी त्याचा हात खेचून त्याला आग्रहानं चहाला नेतो. मग चहा पिता पिता त्याच्या वेळच्या शिक्षकांच्या आठवणींना उजाळा मिळतो, ''एम.आर.सर भारी माणूस. केवढा आब होता त्या वक्ताला हायस्कूलचा.'' मामू हरवलेल्या काळाला मुठीत पकडण्याचा प्रयत्न करतो.

ही शाळा सरकारी आहे. इथं ड्रॉइंगच्या, कॉमर्सच्या, सरकारी सर्टिफिकेटच्या परीक्षांचे केंद्र आहे. या परीक्षा आल्या की बुढा मामू पाखरागत हालचाली करू लागतो. नंबर टाकणं, बाकडी हालवून बैठकीची व्यवस्था करणं, पाणी देण्यासाठी गोरगरिबांची पोरं ऑफिसात आणून दाखल करणं. पडेल ते काम मामू उत्साहानं करू लागतो.

कधी खेळताना, कधी प्रार्थनेच्या वेळेला एखादं पोरगं चक्कर येऊन कोसळतं. रिक्षा आणून, त्यात त्या पोराला घालून डॉक्टरकडं नेताना मामू त्याला आईच्या मायेने धीर देत म्हणतो, 'घाबरू नकोस. ताठ बस. काय झालं न्हाई तुला.'

सव्वीस जानेवारी, पंधरा ऑगस्ट या राष्ट्रीय दिवशी कधी कधी मामूच्या हातानं इथला राष्ट्रध्वज, दंडा वर सरसरत चढतो. शाळेच्या तिसऱ्या मजल्यावरच्या माथ्यावर निकोप वाऱ्यावर फडफडत राहतो. फेट्याजवळ हाताचा पंजा भिडवून

मामू राष्ट्रगीत संपेपर्यंत ध्वजाकडं मान उंचावून बघत राहतो.

माझ्याकडं कुणी बडा पाहुणा आला की मामूकडं बघत नुसती मान डुलवली की तिचा इशार पकडत मामू चहाची ऑर्डर देतो. पाहुणा बसेपर्यंत चहा दाखल होतो. ''राजे चहा केव्हा सांगितलात?'' पाहुणा आश्चर्यानं विचारतो. मी उत्तर देतो, ''ऐतिहासिक कालात वावरतो ना सध्या! नुसती इशारतीबरहुकूम कामं होतात आमची!''

एकदा मी आणि मामू शाळेच्या व्हरांड्यात बाकावर गप्पा मारीत बसलो. त्या दिवशी मामू खुलला होता. संस्थानिकांच्या काळच्या, वाड्यावरच्या एक एक अजब गमती सांगत होता. तीन तास केव्हा मागं पडले होते दोघांनाही कळलं नाही.

हाती एक ऐतिहासिक कादंबरी असल्यानं मी मामूला एकदा विचारलं, ''नमाज किती वेळा आणि कसा कसा पढतात मामू?''

'सब्र की नमाज' म्हणजे पहाटेची नमाज. तिला 'फज्र की नमाजबी म्हनत्यात.' एक एक खुलासेवार माहिती देत व्हरांड्यातच मामूनं अंगठा रोवत नमाज कसा पढायचा त्याचं प्रात्यक्षिक करून दाखवलं.

''कुराणातील निरनिराळ्या प्रसंगी पढायचे कलमे कोणते?'' मी कुतूहलानं विचारलं.

मुलाचं नाव ठेवताना, माणूस अल्लाघरी गेला की कब्रस्तानात, नमाज पढण्यापूर्वी मशिदीत कुठले कुठले कलमे पढतात ते मामूनं मला सांगितलं. मी ते कागदावर टाचून घेतलं .... एक कोरा कागद घेत पेन काढून त्यावर उर्दूतील एका एका मुळाक्षराचं वळण मला दाखवीत मामू म्हणाला,

'तुमी उर्दू शिका सर. लई सोपी हाय. उर्दूची शायरी तुमाला उपेगी पडेल.'

शिपाई असून प्रसंगी मामू एखाद्या कार्यक्रमाच्या वेळी मुलांच्यासमोर दहा वीस मिनिटे एखाद्या विषयावर बोलू शकतो.

जसं उर्दूचं आहे तसंच त्याला वैद्यकाचंही ज्ञान आहे. लहानसर चण असलेल्या शिक्षकाला तो म्हणतो, 'काय पवार सर, काय ही तब्येत? पैसं काय कोन उरावर बांधून नेणार जाताना? जरा अंग धरीसारकं कायतरी खावा. मी सांगतो तुमाला. साखरेच्या पाकात तूप घालून त्यात शेरभर साफ धुतलेल्या खारका, बिया काढून पंधरा दिस मुरतीला घाला. रोज सकाळी अनोशा पोटी दोन दोन खावा. म्हयन्याभरात तुमाला कुनी वळखनार न्हाई!'

कुणाच्या पायाला लागलं तर त्यावर कुठला पाला वाटून लावावा याचा सल्ला द्यायला मामू विसरत नाही. कुणाचं पोट बिघडलं तर त्यावर कुठला काढा प्यावा याची सूचना द्यायला तो चुकत नाही.

शाळेत एखादा कार्यक्रम निघाला की त्याची आखणी मामूच्या हातात येते. फ्लॉवरपॉटपासून टेबलक्लॉथपर्यंत सारी जुपी जोडून देऊन पुन्हा कार्यक्रमाच्या वेळी एखादा कोपरा धरून, वक्ता काय काय बोलतो हे तो नीट ध्यान देऊन ऐकतो. कार्यक्रम संपला की मामूला विचारावं, 'कसा झाला कार्यक्रम?' वक्त्यात काही खास नसेल तर नाराजी प्रकट करण्याचीही त्याची एक ढब आहे, 'बोललं चांगलं ते, पर म्हनावी तशी रंगत न्हाई भरली.'

एकदा एका बैठकीसाठी भूतपूर्व शिक्षणमंत्री ना. मधुकरराव चौधरी शाळेत आले. सभागृहाच्या हॉलमध्ये प्राचार्य, प्राध्यापक यांच्या मेळ्यात त्यांची चांगली दोन-अडीच तास चर्चा चालली होती. त्या वातावरणात त्यांना डिस्टर्ब करणं कुणालाच शक्य नव्हतं. बोलून बोलून मधुकरराव थकल्यासारखे दिसत होते. मामूनं कुणाचाही सल्ला न विचारता सरळ चहाचा कप भरला आणि भरल्या बैठकीत तो नेऊन मधुकररावांच्या हातात दिला! 'छान' म्हणत त्यांनी हसून तो स्वीकारला. त्याची त्यांना गरजच होती.

'खर्डेकरसायबांचं भाषण ऐकलंय काय कधी सर? काय रुबाब! नागागत माणसं डुलवत ठेवायचे ते.' अशी जाणती दाद जेव्हा मामू बोलता बोलता देऊन जातो, तेव्हा यानं काय काय बघितलंय आणि काय काय ऐकलंय असा विचार मनात येतो.

आणखी वर्षानंतर मामू या शाळेतून सेवानिवृत्त होणार. रोजाना दिसणारा त्याचा अबोली रंगाचा फेटा आणि सफेद दाढी आता दिसणार नाही. माणसाच्या आयुष्याला कुठं ना कुठं वळण असतं. टाळतो म्हटल्यानं ते नाही टाळता येत. सरकारी नियमच आहे. त्याप्रमाणं मामूला घरी जावं लागणार, पण मला मात्र वाटत राहातं की त्याच्या शेवटच्या क्षणापर्यंत त्याच्या हातानं इथल्या थोराड घंटेचे 'घण् घण् घण्' असे टोल पडत राहावेत. त्या टोलांच्या तालावर चैतन्याचे अगणित कोवळे कोंब नाचत राहावेत. जोडल्या हातांनी आणि मिटल्या डोळ्यांनी, कवळिकीच्या असंख्य अनघड कंठांतून प्रार्थनेचे धीरगंभीर बोल असेच उमटत राहावेत - 'ॐ असतो माऽ सद्गमयऽ!' दगडी खांबाला रेलून, ते प्रार्थनाबोल ऐकताना बुढा, पार बुढा झालेला मामू असाच कसल्यातरी विचारात कायमचा हरवलेला बघायला मिळावा.

११.

शंकऱ्या

वाढ आलेल्या नदीच्या काठची मऊ, खतवड माती वाहून जावी तसं माणसाचं बालपण वाहून जातं. उरतात केवळ कातरे, कंगोरेदार किनारे! काळाचा प्रचंड नद रोंरावत वाहतच राहतो. रोज नवे चेहरे आपल्या डोळ्यांच्या बाहुल्यांत उतरू पाहतात. उतरतातही. पण ते काही काळजात रुजत नाहीत. आपल्याच मनाची संवेदना काळाच्या गंजानं बोथट होते.

बालपणीच्या आठवणी या झाकाळू बघणाऱ्या मनाला 'सलाईन' च्या बाटलीसारख्या असतात. आपलं आपणालाच कधीकधी आश्चर्य वाटतं की मनाच्या कुठल्या फ्रीजरमध्ये हे स्मरण एवढं ताजं, टवटवीत राहिलं! पण तसं घडतं. माझ्या बाबतीत 'शंकऱ्या' ही अशीच फ्रीजरमधील वस्तू आहे. काही माणसं अशी असतात की विसरू म्हटल्यानं आपण त्यांना विसरू शकत नाही. काहींनी आपणाला चांगुलपण दिलेलं असतं; ओसंडत्या ओंजळी ओंजळींनी! म्हणून ती विसरता येत नाहीत. काहींनी आपणाला मरणप्राय यातनांचे पेटते पलोते भिडवलेले असतात; थयथय नाचत! म्हणून ती विसरता येत नाहीत. पण काही माणसंच अशी असतात की आपण त्यांना का विसरू शकत नाही हेच तर सांगता येत नाही. स्टीलच्या चकचकीत वाटीवर बोटांचे ठसे असावेत तशी ही माणसं असतात. असतात पण दिसत नाहीत. स्पष्ट करून दाखविता येत नाहीत. माझ्या जीवनात 'शंकऱ्या' असाच.

मला रूढार्थानं कळू लागलं तेव्हापासून शंकऱ्याला मी पाहतो आहे. तुकाराम या गोसाव्याचं पोर ते. बारीक डोळ्यांचं, शेलाट्या अंगलटीचं, अपऱ्या नाकाचं. त्याची आई बुट्टीत घालून विकत होती तसल्या काळ्याशार मण्यांसारखं काळं

कुळकुळीत!
शंकऱ्या माझ्या बालपणीचा जिवाभावाचा मैतर. 'मैत्री' म्हणजे काय हे जेव्हा कळत नव्हतं तेव्हापासूनचा!
आजऱ्याच्या लाल मातीत माझं बालपण गेलं, मला लोखंडलाल रसरशीतपण देऊन. या गावावर आकाशाचं फार वेडं प्रेम होतं. पावसाळ्यात चांगले पाच महिने आकाशाचा निळा शिंपला कोसळत राहायचा. टपोरे पाणमोती एकमेकांची पाठशिवणी करीत ओघळत राहायचे. पाऊस पडला की लालभडक, खळखळते ओहोळ, बघावं तिकडं उड्या घेत धावताना दिसायचे.
ते बघताना उरात एक सुरसुरी उमळून यायची. घरच्यांची नजर चुकवून मी बाहेर पडायचा. शंकऱ्या तेच करून मला गाठायचा. आम्हा दोघांचा एक प्रचंड उद्योग सुरू व्हायचा. झेपावत धावणाऱ्या ओहोळांना बांध घालण्याचा!
आमचे चिमुकले हात मिळेल तेवढी वाळू एका जागी करण्यासाठी सरासर फिरू लागायचे. पाण्याच्या ओघाबरोबर वाळू ओघळू बघायची. आम्ही तिला सावरून धरण्यासाठी झुंज द्यायचो. तासन् तास निघून जायचे. मध्येच एखादी सर कोसळून आमचे कपडे चिंब भिजवून जायची. थंडीनं अंगं मध्येच कुडकुडायची. त्याच वाऱ्याची बोचरी झमकी धावून गेली तर अंगावर काट्यांचं बन फुलायचं. आमच्या या 'बांध घालण्याच्या' खेळाला खूप खूप मजा यायची.
बांधात कोंडलेलं पाणी बघून आमची छाती अभिमानानं फुगायची. पण हा अभिमान अधिक काळ नाही टिकायचा.
"शंकऱ्या, कशाला कोंडलं रे आपण पाणी? जाऊ दे आपल्या वाटेनं! बांध फोडू या!" मी शंकऱ्याकडं बघत म्हणायचा.
"हांऽ फोडायचा तर मी आदुगर फोडनार!" म्हणत शंकऱ्या पुढं सरसावयाचा आणि दोन्ही बाजूनं आम्हीच रचलेली वाळू आम्ही पायांनी दूर हटवायचो. कोंडलेलं पाणी पुन्हा उड्या घेत धावायला लागायचं.
दाभणधार पावसामुळं आजऱ्याची पंचक्रोशी निरनिराळ्या फळझाडांनी हिरवीगार होत असे. हंगाम धरून आंबा, काजू, फणस, जांब, जांभळ अशी फळझाडं डवरून यायची. आम्ही फळलोभी पोरांचा 'चोरतांडा' मोकाट सुटायचा. (बागेतील फळं चोरून खाणं हा खरोखरीच एक रोमांचक अनुभव आहे. पण रखवालदाराच्या तावडीत न सापडलं तर! सापडलं तर उभे राहतात अंगभर भीतीचे रोमांच आणि डोळ्यांसमोर झगमग चमकणारे काजवे!)

तसं एकदा घडलं. मी, शंकऱ्या आणि धोंडिंबा भुई नावाचा आणखी एक फळलोभी मित्र, असे साक्षात आमच्या काकांच्या पाड आलेल्या कलमी आंब्याच्या बागेत घुसलो.

आमचे काका फौजदार होते. करड्या शिस्तीसाठी गावभर त्यांचा दरारा होता. ते संध्याकाळचे न चुकता रोज आपल्या बागेकडं चक्कर टाकायचे. त्यांच्या हातात चांदीची मूठ जडविलेली एक वजनदार, काळसर अशी वेताची काठी असायची. आम्ही तिघांनी 'काकांचा माल' आपल्या 'बापाचा माल' समजून अर्धवट पिकलेल्या फळांवर डल्ला मारला. शर्टाच्या ओच्यात ती 'लूट' घेऊन आम्ही संभावितांसारखे बागेच्या फाटकाजवळ आलो. समोरून साक्षात काकाच येताना दिसले. आता काकाच हत्यार पेलून येत असताना 'काका मला वाचवा' म्हणायचं कुणाला? कर्जबुडव्याला वसुलीचा पठाण समोर बघताना जसं वाटेल तसं आम्हाला वाटलं!

भेदरलेल्या, काटकुळ्या शंकऱ्याचं तर अंगच लटलट कापायला लागलं. भेदरून त्यानं हातातील शर्टाचा ओचा गपकन सोडून दिला. बचकभर आकाराची, आंब्याची, चार-पाच फळं फाटकाजवळ पसरली. भेदरलेले आम्ही तिघंही चपळाईनं बाजूच्या एका झुडपाआड आलो.

फाटकाचं दार कुरकुरलं. आमच्या टीचभर छात्यांमधून काळजांची फडफडती पाखरं उडून बाहेर जातात की काय असं वाटत होतं.

काका आत आले आणि शंकऱ्याच्या ओच्यातून सुटलेल्या फळांनी आमचा घात केला. ती फळं बघताना काकांच्या करड्या डोळ्यांतले रंग पालटू लागले. साक्षात पोलीसचौकीवर घाला पडला असता तर जसा होईल तसा त्यांचा चेहरा झाला.

झुडपाच्या पानझडीतून ते बघताना आम्ही तिघेही थरथर कापत होतो. शंकऱ्यानं आपल्या कमरेच्या कडदोऱ्याला, आपल्या आईच्या गोसावी पेटीच्या किल्ल्यांचा जुडगा एका काळ्या दोऱ्यानं बांधला होता. जसा शंकऱ्या थरथरत होता तशा त्या जुडग्यातील किल्ल्या थरथरत होत्या. एकमेकींवर आपटून किणकिणत होत्या. डोकी बधिर झाल्यानं तो किणकिणाट आम्हाला ऐकू येत नव्हता. काकांना मात्र तो ऐकू गेला. ते झुडपाच्या रोखानंच आले. आमच्या तोंडांना किल्लीशिवाय जाम कुलुपं बसली.

'हरामखोरऽ!' असं गर्जत काकांनी हातातील वेताच्या काठीचा एक फटका हाणला. नेमका तो माझ्या पाठीवर उतरला. एक झरझरती सणक अंगभर सरकली. जेवढी फळं आम्ही तोडली होती त्या संख्येला तीन-चारनं गुणत काका वेत चालवीत होते. पोलीसकोठडीत सराईत गुन्हेगारांना रिमांडवर घेणारा

तो फौजदार, आम्हाला फाटकात फोडून काढीत होता. आमच्या कोवळ्या पाठी वेताखाली फुटत होत्या. शेलाटी शरीरं कळवळत, फटक्याबरोबर वेडीवाकडी होत होती. पालथी मनगटं तोंडावर आपटत होती.

उरात थरथरती भीती आणि अंगात सणसणीत ताप घेऊनच आम्ही आपापल्या घराकडं परतलो. घरी येताच मी अंथरूण धरलं. अंग फणफणत होतं.

आपल्या घरात, शंकऱ्या खालीवर वाकळ घेऊन झोपला होता. तापानं त्याचा मेंदू फुलला होता. त्या झटक्यात तो बडबडत होता, 'न्हाईऽऽ! पुन्याच्यानं न्हाई करनार! शायेब, एकदा - एकदा मापी कराऽऽ!'

त्या एकाच प्रसंगानं शंकऱ्या होता त्यापेक्षा माझ्या अधिक जवळ आला.

खायचा कुठलाही पदार्थ अर्ध्या हिश्श्यानं त्याच्या हातात ठेवल्याशिवाय मला बरं वाटेनासं झालं. एकाच आपत्तीनं पोळलेली दोन मनं नकळत जवळ येतात हेच खरं.

आमचा आवडता खेळ होता 'झाडवानर' हा! आता हा खेळ कुठंच दिसत नाही. शहरात तर माणसंच दाट दाटलीत. झाडं अक्षरश: हाताच्या बोटांवर मोजण्याएवढी झालीत. आणि मुख्य म्हणजे 'माणूस' हा 'वानराचा वंशज' आहे हा डार्विनचा सिद्धान्त आम्हाला बालपणी कुणी न सांगताच पूर्णार्थानं पटलेला होता. (आता मुलांना सांगायची पाळी येणार की, माणूस हा पालीचाच वंशज आहे!)

या 'झाड-वानर' खेळात खूप मजा आहे. सगळ्या खेळगड्यांनी एका घेरबाज झाडाखाली काठीचा एक दांडू घेऊन जमायचं. तिघांनी एकमेकांच्या हातात हात गुंफून क्षणभर ते झुलवून एकदम सोडून द्यायचे. आपले दोन्ही हात एकमेकांना प्रत्येकानं भिडवायचे. या पद्धतीनं 'लॉट्स' टाकले की एकावर खेळातील 'तंगी' येते.

एकदा आमचा असाच झाड-वानराचा रंगदार खेळ सुरू झाला. पावसाचा हंगाम नुकताच संपला होता. जमीन अजून ओलसर चिकण होती. झाडांच्या फांद्या शेवाळल्या, निसरड्या झाल्या होत्या.

'तंगीचा' डाव शंकऱ्यावर आला. एका खेळगड्याने ढेंगाखालून काठीचा दंड दूर फेकला. शंकऱ्या तो उचलून आणून झाडाखाली रेखलेल्या रिंगणात ठेवण्यासाठी धावला.

दंड रिंगणात आला. शंकऱ्या झाडाच्या फांद्याखालून उड्या घेत वर चढलेल्या मुलांपैकी कोणाला शिवायला साधतंय का ते बघत होता. त्याला कोणी सापडत नव्हतं. वानरांसारखे दात विचकून वरचे खेळगडी त्याला डिवचत होते, हिणवत होते.

शंकऱ्या चिडला. झाडाच्या बुंध्याला हातांनी कवळा घालीत तो सरळ झाडावर चढला, एका मुलाला शिवण्यासाठी. शंकऱ्यानं, तो बसलेल्या फांदीच्या रोखानं झेप घेतली आणि निसरड्या फांदीवर हात न ठरल्यामुळं डोळ्यांचं पातं लवायच्या आत शंकऱ्या त्या फांदीवरून खाली घरंगळला.

झाडाखालच्या ओलसर-लाल, चिकणमातीत शंकऱ्याचा बूड दाणकन आदळलं. मातीत जाम चिकटून बसला. दोन्ही हातांचे तळवे बाजूच्या जमिनीत रुतवून तो वर उठण्याची खटपट करीत होता. चिकणमाती पकडलेला 'बूड' सोडायला तयार नव्हती. झाडावरची मुलं फिदीफिदी हसत होती. शंकऱ्या कळवळत होता.

एकदा – फक्त एकदाच शंकऱ्यानं खालच्या चिखलाच्या कैचीतून वर माझ्याकडं बघितलं. त्याचे डोळे काय बोलताहेत ते मला कळलं. मी झाडावरून खाली झेप घेतली. माझ्या दोन्ही हातांचा आधार त्याला देऊन, चिकणमातीच्या फासातून त्याला वर ओढून घेतलं.

वरची मुलं पुन्हा खुदखुदू हसली. कुणीतरी खोचकपणानं म्हणालं, 'हांऽ त्याला काढलंस बाहेर शिवा, पण 'तंगीचा डाव' तुझ्यावर आला! शिवलंस की त्याला तू!' त्याचा मुद्दा बिनतोड होता. डाव माझ्यावर आला.

त्या दिवशी काठी फेकली जात होती. मी ती धावत जाऊन आणून रिंगणात ठेवत होतो. तंगत होतो. शंकऱ्याला चुकूनसुद्धा शिवायला धावत नव्हतो. पण माझ्या मनात एक मजेदार समाधान होतं. शंकऱ्याला मदत केल्याचं.

शंकऱ्यानं आणि मी कधी एकत्र अभ्यास केल्याचं मला काही आठवत नाही. त्याची आई गोसावी सामानाची पाटी डोकीवर घेऊन गावोगावच्या बाजारात ते सामान विकत फिरायची. सुया, मणी, दाभणं, पत्र्याच्या चिमण्या, आरसे असं कितीतरी सामान त्या पाटीत असायचं. डोकीवरच्या सुया, दाभणं विकून ती काळजातील दारिद्र्याच्या सुया-दाभणाची बोच कमी करू बघायची.

शंकऱ्याच्या आईचा, इतर मुलांपेक्षा शंकऱ्यावर फार जीव होता. गावोगावच्या बाजारातून येताना ती शंकऱ्यासाठी काही ना काही 'खायला' आणायची. शंकऱ्या ते चड्डीच्या खिशातून जपून आणून मला द्यायचा.

शुक्रवार हा आजऱ्याच्या बाजाराचा दिवस आला की शंकऱ्या आपल्या आईबरोबर गोसावी माल विकायला जायचा. आई त्याला चार-दोन आणे द्यायची.

शनिवारी हटकून शंकऱ्या मला भेटायचा. त्याच्या बारीक डोळ्यांत कसल्यातरी ठिणग्या डोकावताना मला दिसायच्या.

'संतूच्या हॉटेलात' शंकऱ्या मला घेऊन जायचा. कांद्याची गरम भजी मागवायचा. आपल्या प्लेटमधील एखादं भजं माझी नजर चुकवून माझ्या प्लेटमध्ये हळूच सरकवायचा.

नाटकाचा शंकऱ्याला वेडा नाद होता. कुठून तरी तो नाटिकांची पुस्तकं आणायचा. 'त' ला 'म' जोडून त्या पुस्तकातले संवाद पाठ करायचा. एकदा आम्ही एक पौराणिक नाटिका बसवायला घेतली. त्या नाटिकेतील श्रीकृष्णाची भूमिका मला होती. शंकऱ्या सावळा असल्यामुळे 'अर्जुन' झाला होता.

एके दिवशी शंकऱ्या आला आणि माझ्या डोक्याचं दोऱ्यानं माप घेऊन गेला. माझ्या डोक्यात त्या वेळी काहीच प्रकाश पडला नाही. नाटिका सादर करण्याच्या दिवशी शंकऱ्यानं मला थक्क करून सोडलं. आपल्या अंगच्या रक्तातील सगळं गोसावी कसब पणाला लावून त्यानं पत्र्याचा एक मोठा ऐटबाज 'मुकुट' तयार केला होता. सोनेरी वर्खानं रंग दिल्यामुळे तो नक्षीदार 'मुकुट' झगमगत होता. तो माझ्यासाठी होता.

"व्वाऽ व्वा, शंकऱ्या, मैतरा. बघू बघू.'' म्हणत मी मुकुट घेण्यासाठी हात पुढं केला.

आपले हात झटकन मागं घेत तो म्हणाला, "हांऽ तू न्हाई... मी बांधनार तुझ्या कपाळावर!''

शंकऱ्यानं माझ्या कपाळावर तो मुकुट बांधला. आपलीच मान वाकडी करून निरनिराळ्या 'अँगल्सवरून' त्यानं तो पारखून बघितला. शंकऱ्यातील भाबडं गोसावी मन मला बोलून गेलं - 'किस्ना, या गरीब पेंद्याला नगं इसरू!'

शंकऱ्याला शाळा सोडून बाकीचे सगळे उद्योग चांगले जमत होते. मला शाळा सोडून चालणार नव्हतं. पाचवी-सहावीपर्यंत शंकऱ्या कसा तरी शाळेची वाट चुकला. मग त्यानं ती वाटच सोडून दिली.

माझ्यात आणि शंकऱ्यात नकळत एक अंतर पडू लागलं. शंकऱ्याच्या खांद्यावर पत्र्याची गोसावी पेटी चढली. तो गावोगाव फिरू लागला. बारा गावचं पाणी शंकऱ्याच्या नरड्याच्या घाटीखाली जाऊ लागलं. त्याचा घसा तावून ललकारी देऊ लागला, 'हाईऽ काऽ डब्याऽऽ ला झाकन लावाऽ य्यची भांड्याऽ ला कल्हयीऽ काढाऽ य्यची!'

मी शाळेच्या डब्याची झाकणं इयत्ता-इयत्तांनी बदलत होतो. शंकऱ्या आपल्या जीवनाच्या भांड्याला गोसावीपणाची कल्हई देत होता. त्याच्या भोवतीच्या बिलंदर गोसाव्यांनी त्याला आपल्या कळपात खेचून घेतला होता. त्याच्या पाठीवर परंपरागत पत्र्याची पेटी चढविली होती. माझ्या दृष्टीनं शंकऱ्या

बदलत होता, त्याच्या दृष्टीनं तो सुरात होता. शंकऱ्या मला अधून मधून भेटत होता. माझे नाटक, खेळ, वक्तृत्व यांचे पराक्रम (?) त्याला ऐकू जात होते.

'काय शिवाजीदादा, जेवला काय? देवाला निघालाय?' असे शेकडो मैलांवरून विचारावेत तसे प्रश्न तो मला विचारू लागला. शंकऱ्या वयानं वाढला, म्हणजे तरी काय झालं? त्याची शेलाटी अंगलट तशीच होती; डोळे आणि रंग बदलणं शक्यच नव्हतं. त्याची फक्त हात दोन हात उंची वाढली होती. लहानपणी मी त्याच्या कानात बघत आलो ती पितळी तारेची बाळी तशीच होती. पातळ, विरल्यासारखे दिसणारे मिश्यांचे केस, नाही म्हणायला त्याच्या ओठांवर उमटले होते. पण तेही त्याच्या काळ्या रंगात जमून गेले होते.

शंकऱ्याचं लग्न झालं. त्याला पोरंही झाली. एकटा जायचा गावं फिरण्यासाठी, तो आता बायकोला बरोबर घेऊन जाऊ लागला. एक मळका, जागजागी फाटलेला शर्ट, गुडघ्यापर्यंत ओघळलेली तशीच खाकी अर्धी चड्डी, जिचा रंग तांबडा आहे की पांढरा आहे हे ओळखता न येणारी, मुद्दा झालेली डोक्यावरची तेलकट आडवी गांधीटोपी, परिस्थितीच्या रोंगणानं काळपट पडलेली कानातील तीच पितळी बाळी, खांद्यावरच्या काळपट पट्ट्याला धरून डुगासारखी वर्षन् वर्ष त्याच्या पाठीला चिकटलेली तीच पत्र्याची पेटी. जीवनात जसं काही दुसरं तो शिकलाच नव्हता तसे तोंडातले ते बोल – 'हाई काऽ डब्याऽ ला झाकनं लावाय्यचीऽऽ' असा शंकऱ्याला मी कैक दिवस पाहात आलो. उरात एक न कळणारी कळ घेऊन.

पुढं मी गाव सोडलं. कोल्हापूरच्या रगेल मातीशी माझी रसबाळी नाती उभी राहिली. शहराच्या या गलबल्यात माझं मन कधी कधी 'शंकऱ्या' शोधायला बघायचं. तो सापडायचा नाही. त्याची ललकारी कानांवर यायची नाही.

गेल्या मे महिन्यात मी उन्हाळ्याच्या सुट्टीवर गावी - आजऱ्याला गेलो. एके दिवशी लिहून लिहून कंटाळा आला म्हणून घरासमोरच्या मोकळ्या पटांगणात आलो.

माझ्या घराला वळसा घालून हिरण्यकेशी नदीकडं जाणाऱ्या वाटेनं शंकऱ्या येत होता. तो नदीवर अंघोळ करून आपला फाटका, मळका शर्ट धुऊन परतला होता. तावणारं उन्ह लागू नये आणि शर्टही वाळावा म्हणून त्यानं तो डोक्यावर टाकला होता. त्याच्या फासळ्या अन् फासळ्या जगाला आपल्या दारिद्र्याचा जाब विचारण्यासाठी छातीच्या पिंजऱ्यातून बाहेर फुटू बघत होत्या. त्याला बघून मी थांबलो. माझं बालपण माझ्या डोळ्यांसमोर

क्षणात फेर धरून गेलं.

तो जवळ येताच मी विचारलं, "काय शंकर, वेळ केलास नदीला?"

"काय दादा, कवा आला कोल्हापुरास्नं?" त्यानं माझ्या प्रश्नाला उत्तर न देता मलाच प्रश्न विचारला.

"काल आलो. कसं चाललंय तुझं?" मी विचारलं,

"हाय की." एवढंच तो म्हणाला.

माझी आई, शेजारी फणसाच्या झाडाच्या बुंध्याला बांधलेल्या वासराला एका पितळी भांड्यातून पाणी ठेवून आत निघून गेली.

"शंकर सिगारेट आणतोस?" मी त्याला विचारलं.

"आनतों की." म्हणत त्यानं मान झुलवली. मी पैसे आणायला घरात गेलो. शंकरनं मला सिगरेट आणून दिली. उरलेले पैसे माझ्या लक्षातच नव्हते. तरीही तोच म्हणाला, "च्या प्यालो हां मी दादा, ऱ्हायलेल्या पैशाचा!"

"ऱ्हावू दे रे. धोंडिबा कुठं असतोय आता?" मी त्याच्या थोरल्या भावाची चौकशी केली.

"त्यो फिरत्योय गावास्नी डबं बडवीत." शंकऱ्याच्या मनातल्या थोरल्या भावाचा राग बोलून गेला.

"दादा, तुमचं याक फाटकं शरट द्या की मला." शंकऱ्यानं माझ्याकडं आशेनं बघत मन खोललं. माझं मन त्याच्या बोलांनी गलबलून गेलं. माझ्या वापरातला शर्ट मी शंकऱ्याला देऊन टाकला.

शंकऱ्या निघून गेला. टाईपरायटरच्या काळ्या रोलसारख्या दिसणाऱ्या, त्याच्या दूर जाणाऱ्या रोड पायांकडं मी कितीतरी वेळ बघत राहिलो. पावलं माणसाला माणसापासून किती दूर नेतात नाही.

माझ्या थोरल्या भावाला - तानाजीला मी विचारलं, "हा शंकऱ्या आता करतोय तरी काय?"

"आता तो गावं फिरत नाही. दिवसभर स्पिरीट पीत असतोय. दशा काय झालेय बघ की." माझ्या भावानं उत्तर दिलं.

शंकऱ्या दारिद्र्याची आग स्पिरीट पिऊन जाळू बघत होता.

त्या रात्री मला बराच वेळ झोप लागली नाही. दुसऱ्या दिवशी उठल्याबरोबर विचित्र गोष्ट ऐकायला मिळाली. माझी आई कुणाला तरी सांगत होती,

"काल इथं ठेवलं होतं भांडं! मीच वासराला पाणी ठेवलं भांड्यातून. संध्याकाळपर्यंत होतं भांडं! त्या शंकऱ्याचाच हा उद्योग आहे."

वासरासमोर ठेवलेलं पितळी भांडं चोरीला गेलं होतं. माझ्या भावानं बोहऱ्याजवळ जाऊन चौकशी केली. भांडं शंकऱ्यानंच त्याच्याकडं नेऊन दिलं

होतं. मिळालेल्या चार-दोन रुपयांचं तो यथेच्छ स्पिरीट प्याला होता.
मला ते ऐकताना शंकऱ्याचा मनस्वी संताप आला. एका मुलाकडून मी त्याला बोलावणं पाठवलं. मला शंकऱ्याकडून उत्तर आलं,
“आता सवड नाही.”
तरातर चालत त्याच्या घरी जावं आणि तो समोर दिसताच त्याच्या फडाफड थोबाडात ठेवून द्याव्यात असं मला वाटलं. पण मी काही करू शकत नव्हतो. दिवसभर माझा चडफडाट होत होता. कशातच मन लागत नव्हतं. शंकऱ्याची अनेक चित्रं माझ्या डोळ्यासमोर नाचत होती.
संध्याकाळ झाली. शंकऱ्या आपल्या सव्वा वर्षाच्या उघड्या-वाघड्या रोड पोराला घेऊन लडबडत माझ्या घराकडं येत होता. मी त्याला बाहेरच गाठण्यासाठी फणसाच्या झाडाखाली आलो.
शंकऱ्या पोराला घेऊन माझ्यासमोर आला. तो खूप स्पिरीट प्याला होता.
“दादा, तुमचं भांडं ग्येलं म्हनं! ह्ये भडवं गोसावी म्हनत्यात काकी तुझं नाव घेती. मी करीन व्हय दादा ह्ये! ह्या घराच्या उंबऱ्याची धूळ मी. दादा मी करीन काय ह्ये? ह्ये पोर पायावं घालतो तुमच्या नि त्येची शपथ घेतो, मी न्हाई ह्ये क्येलं!”
शंकऱ्यानं आपलं पोर जाणूनबुजून उघडं वाघडं करून आणलं होतं. त्याला माझ्या पायावर घालण्यासाठी तो पुढं झाला. मी झटकन मागे हटलो. माझा संताप कुठल्या कुठं गेला. मी गोंधळलो. संतापाची जागा पश्चात्ताप घेऊ लागला.
“शंकऱ्याऽ, हरामखोर, खोटं बोलतोस?” माझा भाऊ त्याला दोन वादडून देण्यासाठी पुढं झाला. मी त्याला सावरलं. त्यानं शंकऱ्याला एक जरी थोबाडीत दिली असती तर तिनं तो बेशुद्धच पडला असता. मला प्रकार काय आहे तेच कळेना.
मी भावाला बाजूला काढून विचारलं. त्यानं शंकऱ्यानंच भांडं उचलल्याचं खात्रीनं सांगितलं. बोहरी केव्हाही येऊन छातीवर हात ठेवून ते सांगायला तयार होता. मी शंकऱ्याजवळ येत त्याला म्हणालो, “शंकर, तू आता जा. आमचं भांडंच चोरीला गेलेलं नाही.” मी शंकरला घालविलं.
घरच्या लोकांना सांगितलं, “तुमचं भांडं गेलंय चोरीला तर मी आणून देतो एक नवं. पण आता त्याला पुन्हा माझ्यासमोर आणू नका.”
झाल्या प्रकारानं सुन्न होऊन मी पलंगावर आडवा झालो. रात्रीचे नऊ वाजले. शंकऱ्या चार-पाच वेळा माझ्या घरासमोर आला होता. मी बाहेर जाऊन त्याला भेटत होतो. त्याला परोपरीने समजावून सांगत होतो, ‘शंकर, आमचं भांडं नाही

गेलं रे चोरीला. तुझ्यावर काही वहीम नाही. तू जा. झोप जा.'

शंकऱ्या ते ऐकत होता. माझ्या पायांना हात लावायला बघत होता. मान डोलवीत पुन्हा जात होता.

रात्रीचे अकरा वाजले. शंकऱ्या पुन्हा आला. दारावर थाप मारीत म्हणाला, ''दादाऽ''

मी दार उघडलं. तो घरात आला. प्रत्येक वेळेला तो जात होता, स्पिरीट पिऊन पुन्हा परतत होता.

माझ्या पलंगावरच्या गादीवर बसत तो म्हणाला, ''दादा, मी इथं झोपणार आज!'' ते ऐकून माझा भाऊ चिडून बाहेर आला. त्यानं शंकऱ्याला मारण्यासाठी हात उगारला. मी त्याचा हात रोखून धरला. मोठ्यानं ओरडलो, ''खबरदाऽर! त्याच्या अंगावर हात टाकशील तर.''

''शंकर, चल मी तुला पोचवितो.'' मी त्याच्या खांद्यावर हात ठेवीत म्हटलं. तो उठला. लडबडत चालू लागला. मी त्याच्या गोसावीवाड्याच्या घरापर्यंत त्याला पोचविण्यासाठी बाहेर पडलो.

असंख्य विचारांनी माझ्याभोवती फेर धरला होता. खरोखरच शंकऱ्यानं चोरी केली होती, पण आपल्या जिव्हाळ्याच्या मित्राला - मला ते कळू नये अशी त्याची इच्छा होती. म्हणूनच तो सहा वेळा माझ्याकडं आला होता. प्रत्यक्ष मी सांगूनही त्याला पटत नव्हतं. त्याचं बालपण त्याला छळत असावं.

तो स्पिरीट पीत होता. 'दादा' म्हणत माझ्याकडं येत होता. माझ्यासमोर येताच त्याला त्याच्या-माझ्यातील अंतर जाणवत होतं. तो बालपणीचा 'शिवा' शोधायला बघत होता. समोर 'शिवाजीदादा' दिसताच बिथरत होता. पुन्हा जाऊन स्पिरीट पीत होता.

शंकऱ्याला त्याच्या घराकडं पोचवायला जाताना मला जाणवत होतं. शंकऱ्याच्या जीवनाचं पाणी कोंडून कोंडून गेलं आहे. लहानपणी बांध घालून कोंडलेलं पाणी आम्ही दोघं हसत फोडत होतो. ते खळाळ वाहावं म्हणून धडपडत होतो. आज शंकऱ्याच्या जीवनाचं कोंडलेलं पाणी इच्छा असूनही मला फोडता येत नव्हतं. मला वाटत होतं - 'तो जसा आहे तसाच बरोबर चालत राहावा. वाटही संपू नये. आणि रात्रही सरू नये!'

लहानपणी तो चिखलात रुतला होता तेव्हा सहज पुढं होऊन हात देत मी त्याला बाहेर काढलं होतं. आज तो जीवनाच्या चिखलात रुतलेला मला स्पष्ट दिसत होता. माझे हात जखडलेले होते. आणि मोकळे असते तरी त्याचा काही उपयोग नसता झाला.

वाढ आलेल्या नदीच्या काठची मऊ, खतवड माती वाहून जावी तसंच

माणसाचं बालपण वाहून जातं हेच खरं! उरतात केवळ कातरे, कंगोरेदार किनारे! काही काही माणसंच अशी असतात की त्यांना आपण का विसरू शकत नाही हेच तर सांगता येत नाही!!

१२.

काका गवंडळकर

'ठोऽ! ठोऽ! ठोऽ!' होळीचौकातल्या धडाडलेल्या हुडव्याजवळ उभा राहून, होळीच्या शेंड्याकडं बघत काका गवंडळकरानं साजरा केलेला शिमगा आजही मला आठवतो. आता माणसं 'बेदम' झालीत. मोठ्यानं बोंब मारण्यासाठी लागणाराही दम कुणाच्या बेंबीच्या देठात राहिला असेल असं वाटत नाही. म्हणूनच काका गवंडळकरांच्या दमदार, रोमांचक शिमग्याची माझ्या मनाच्या तळवटात पडलेली आठवण कधीमधी कासवासारखी मान वर काढते.

थाळ्याएवढा फुगलेला पुनवेचा चंद्र, चुनेदार चांदणं संगती घेऊन शिमग्याला आलेला असायचा. आंबवतीनं सजलेली, श्रीफलांनी मढलेली, खैराची किंवा चाराची उंचच उंच होळी चौकात उभी करून, गावकरी पोळ्यांवर हात मारून रात्रीचे होळीचौकात जमलेले असायचे.

लाकडांनी रचलेला हुडबा चूड देऊन पेटविला जायचा आणि कच्च्याबच्च्यांची चिल्लर तोंडावर पालथी मनगटं आपटत पहिल्यांदा पिटपिटायची. मग मध्यम दमाचे गडी सूर धरायचे. सर्वांत शेवटी जोडी उरायची ती अण्णा वाळके आणि गवंडळकर या दोन वैश्यपुत्रांची!

होळीची बोंब ठोकण्यापूर्वी त्यांची, कोर्टातील नामवंत वकिलांची जुंपावी तशी आक्रमक संवादांची जुगलबंदी प्रथम झडायची. काका हेटाळणीनं अण्णा वाळक्याला म्हणायचा, "हां, ठेव तुझ्या मापट्यावर हात नि काड तुजो दम!"

"अरे जारे गवंडळकरा, माजा मापटा न्हायसा. चांगलो शेर असा!" अण्णा त्याला झिडकारून बोलायचा.

"बरा शेर तर शेर, डुरकू दे तुज्या शेराक." काका हुडब्यातील जळती लाकडं काठीनं ढोसता ढोसता अण्णा वाळक्यालाही ढोसायचा.

"माजो शेर डुरकतलोच. पयलो तुजो कोलो कुई धालां दे." आपणाला 'शेर' म्हटलंय या रागानं अण्णा काकाला 'कोल्हा' म्हणून ठोसरायचा.

"कोलो हुशार जातीचो असता रे वाळक्या. वाघाक आढात नेऊन डुबवतोलो. तुका कथा ठावी नाय?" काका डोळे मिचकावीत अण्णाला कोपरखळी द्यायचा. त्यांची जुगलबंदी संपणार नाही हे बघून बावली नलावडे त्यांचा न्याय तोडायचा. वाण्याच्या चतुराईनं.

"अरे, तंडतासात कित्याक? कोण शेर असा, कोण कोलो, कुणाचा मापटा असा नि कुणाचो शेर दाखवून दिया! हातच्या काकनाक आरसो कित्याक? कसा?"

मग कुठलंतरी पोरगं स्वयंस्फूर्तीनं पंच होऊन 'एक - दोन - तीन - हाँ!' म्हणून 'स्टार्ट' द्यायचं आणि अण्णा-काकांची पंजाब मेल आणि डेक्कन एक्सप्रेस धडाधडायला लागायची.

तोंडावर पालथी मनगटं आपटत, ढेऱ्या सुटलेले काका-अण्णा कणीदार ठोकलायला लागायचे. भोवतीचं दूधदाट चांदणं थरथरू लागायचं. त्याची झोप उडायची.

बऱ्याच वेळानं अण्णा वाळक्याचा दम उखडायचा. आपला दम हटत आलाय हे हेरून कावेबाज अण्णा, पायावर हुडब्यातील किटणच पडलेय असा हावभाव करून पाय झटकायचा. आणि बोंब रोखून कुणी काही विचारायच्या आतच म्हणायचा, "वेताळांनू, किटान रे कित्याक उडयल्यात?" त्याची चालबाजी लक्षात घेऊन सारे होळकरी हसायचे. काका आपला ठोकतच बसायचा. एवढा वेळ बोंब मारणाऱ्या काकाला पांढराधोट चंद्र एव्हाना इंद्रधनुष्यासारखा सप्तरंगी दिसत असेल काय अशी शंका मला चाटून जायची.

जवळजवळ दोन एक मिनिटं चाललेला 'मुखविक्रम' थांबवून काका अण्णा वाळक्याला खिजवायला म्हणायचा, "वाळक्या, असा काय नाय तुज्या शेरावर माजो सव्वाशेर?"

होळीच्या एकाच दिवशी हे मनमुराद स्वातंत्र्य भोगणारा काका, बाकी वर्षभर 'सार्वजनिक काका' या नात्यानं समाजाच्या अनेक कामांत आपणाला बांधून घ्यायचा.

गांधी टोपी, गळ्याबरोबर बसणाऱ्या बंद कॉलरचा नेहरू शर्ट, मळखाऊ पांढरट धोतर असा काका, दत्तासारखी उभ्या गावभर तिन्ही त्रिकाळ फेरी टाकायचा. हातात एक खाकी पिशवी, पायी चालून झिजवटलेल्या वहाणा, तोंडात पानाचा चोथा, असा कमी भुवया आणि पापण्या असलेला काका गवंडळकर आमच्या छोटेखानी गावचा महर्षी कर्वे होता, म. फुले होता, आगरकर होता.

काकाच्या हातात पिशवी असायची, गोळा करायच्या वर्गणीसाठी. डोक्यात काहीतरी कल्पना असायची, गावच्या कल्याणाची.

शिवजयंती, भजनीसप्ताह, महायात्रा, कुस्त्यांचा फड, मंदिराचा जीर्णोद्धार, कसल्या ना कसल्या सार्वजनिक कामाचं दत्तक पोर काका आईच्या मायेनं कडेवर घ्यायचा. एकटा. मंडळ नाही, समिती नाही, बैठका नाहीत. जे काकाला सुचेल ते कार्य तो कसलाही नारळ न वाढविता सुरू करायचा.

दारोदार, दुकानादुकानात फिरून काका वर्गणी गोळा करायला लागला की मजेदार संवाद झडायचे.

"काय काका, काय झेंगाट काडलंय नवं?" रामू परीट इस्त्रीचा ताव वाया न जाऊ देता सरासर कपडे पालटीत काकाला विचारायचा.

"राम्या, या कपड्यांवर मारतोस तशी एकदा सगळ्या आजऱ्यावर इस्त्री मारशील तर माझा ताप वाचेल बघ." म्हणत काका बाकड्यावर टेकायचा. काकाला कोकणी, घाटोळी, मुसलमानी साऱ्या भाषा येत होत्या.

"त्ये काम तुमाकडं दिलंय की." रामू परीट हसून काकाला म्हणायचा आणि रस्त्यानं चाललेल्या कांत्याला दोन बोटांची खूण दाखवून संतूच्या हॉटेलातून दोन कडक चहा पाठवून द्यायची इशारत करायचा.

रामू परटाच्या बाकड्यावर बसून काका चहा घ्यायचा. रामूनं इस्त्रीवर फुंकर मारल्यामुळं उधळलेले राखेचे पांढरे कण काकाच्या हातातील बशीत उतरायचे. ते न काढताच काका तो चहा ढोसायचा.

रामू परीट त्याला चार-आठ आणे वर्गणी द्यायचा. ती पिशवीत टाकून काका दुकानाबाहेर पडायला निघाला की रामू परीट कसल्यातरी गूढ, ग्रामीण जवळिकीनं म्हणायचा, "काका, थांबा वाईच. ती टोपी द्या." आणि रामू परीट काकाच्या मळक्या टोपीवरून इस्त्री फिरवून ती ठीकठाक करून पुन्हा त्याच्या हातात ठेवायचा.

काकाचं हे एकपात्री सार्वजनिक मंडळ कितीतरी वर्ष चालू होतं. जमल्या वर्गणीचे हिशोब कुणीही कधी काकांकडं मागितले नाहीत. त्यानं ते कधीही ठेवले नाहीत, पानाला पैसा नाही म्हणून चुकून कधी काकाचा हात वर्गणीच्या पिशवीत घुसला नाही. पिशवी तुडुंब भरली म्हणून काकांच्या अंगावर नवा मलमली नेहरू शर्ट कधी चढला नाही किंवा 'जमा झालेल्या वर्गणीच्या पिशवीसह काका गवंडळकर फरारी!' अशी सनसनाटी बातमी कुठल्याही वृत्तपत्रात कधी आली नाही.

गावदैवत रवळनाथाच्या देवळाचे रंग विटले. काकाच्या मनाला ते सलू लागले. हाती पिशवी घेऊन काका दारोदार फिरू लागला.

मळिकांच्या टोलेजंग घरात शिरून चोपाळ्यावर बैठक घेत घरभर दिलेल्या ढंगदार रंगांच्या पट्ट्यांवर नजर फिरवीत काका नाना मळिकला म्हणाला, "नाना, घर झॅक रंगविलंस. किती खर्च केलास?"

काकाच्या हातात चहाचा कप देत नाना अभिमानानं म्हणाला, "पाचशे रुपये मागं पडले काका. रंग महाग झाले."

"मग तसेच पंचवीस रुपये आणखी देऊन टाक! घर रंगलं. गावचं देऊळही रंगू दे की! रोज रवळनाथाला जातोस. देवळाची आबदा न दिसायला आंधळाही नाहीस तू."

नानानं मुकाट पंचवीस रुपयांच्या नोटा काकाच्या हातात दिल्या.

घरोघर फिरून काकानं रंगफंड जमा केला. कुंभारांची कलावंत पोरं हाताखाली घेऊन, बिनबोभाट उभं देऊळ देखण्या रंगात रंगवून काढलं.

रंगकामानं शानदार दिसणारं देऊळ बघून मी हरवून गेलो. केल्या कामासाठी मोकळ्या तोंडानं काकाचं कौतुक करावं म्हणून त्याच्या घरी गेलो.

"रामराम काका." मी त्याचं लक्ष वेधून घेतलं.

"या संपादक!" काकाला लेखकबिखक असलं काही माहीत नव्हतं. त्यानं दाखविलेल्या लिप्टनच्या लहान खोक्यावर मी टेकलो. चहा आला.

गावचं प्रचंड देऊळ रंगवून काढणाऱ्या काकाच्या घराच्या दर्शनी सोप्यावर माझी नजर फिरली. पिवळ्या शाडूनं तो नुसता सारवलेला होता. माझं मन गलबललं. कौतुक, अभिनंदन घशाआडच राहिलं. क्षणभर काकाकडं बघताना मला वाटलं, आपली पगडी बाजूला ठेवून, गांधी टोपी चढवून ज्योतिबा फुलेच शिलाईच्या यंत्रावर बसलेत की काय?

"काय संपादक, वाट बरी चुकला?" झबल्याचा वरकड, लोंबता धागा दातांनी कुरतडून तोडीत काकानं विचारलं.

"काही नाही. सहज आलो होतो. काय शिवताय काका?" मी विषयाला बगल देण्याच्या इराद्यानं विचारलं.

"झबलं हाय ते. कुंभाराच्या गौरीच्या पोरीचं. मोहरपणासाठी आलीय ती. उद्या जाणार. तुमच्या कोल्हापुरकडंच सासर हाय तिचं. गरीब हाय बापडी. शिलाईचे पैसे नाहीत द्यायला तिच्याकडं. म्हटलं - आण. मी देतो शिवून." काका सहज बोलला.

जसा गावदेव रवळनाथाला केला होता तसाच काकालाही नमस्कार करून मी बाहेर पडलो. विचारांची चक्रं फिरत राहिली.

जसा गावच्या कामाचा काकाला अंगभूत सोस होता, तसाच कुस्तीचे फड भरविण्याचा शौक होता.

शंकर हा काकाचा एकुलता एक मुलगा. त्याच्या अंगलटीचा घाट घाटीव होता. वेतकांबेसारखं शंकरचं अंग लवायचं. पाच एक मिनिटांत चटक्यानं कुस्ती मारून, अंगाला माती न लागू देता 'बजरंग बली की जय!' गर्जत शंकर फडाबाहेर यायचा. काकावरच्या प्रेमानं कुस्तीशौकिन शंकरची ओंजळ नोटांनी भरून द्यायचे.

रमजान पैलवान हे मुसलमानाचं, थोराड अंगचणीचं पोरगं भारी नाटकी होतं. काखेत लिंबू धरल्यासारखं ते मुद्दाम छाती काढून चालायचं. पानाच्या ठेल्या-ठेल्यांवर गुर्मीनं बोलायचं, "इसकी माकू कैसा गंधा गाव है रे ये? हमना जोडच न्है मिलती. कोल्हापूरमें कत्ते पैलवाना है. हुना वैसी जोड मिलतै."

"रमज्या, वो काका का शंकऱ्या है उसके बराबर खेलताय क्या?" पान खाता खाता बाबू कुंभारानं एकदा त्याला डिवचलं.

"हात साले. वो काका का शंकऱ्या? बेटे पोकल कासोटा उनका! उनी क्या लडताय हमारे संग!" रमजाननं भर चौकात शंकरची खिल्ली उडवली. उडत उडत ते काकाच्या कानांवर गेलं.

झालं! चिलू मोरबळ्यांच्या मध्यस्थीनं रमजान पैलवान आणि शंकर गवंडळकर यांची महाशिवरात्रीच्या फडात कुस्ती ठरली. पहिल्या नंबरची!

काकानं शंकरला सत्त्वाचा खुराक द्यायला सुरुवात केली. खारीक, बदाम, थंडाई. भल्या पहाटे उठून शंकर व्यंकोबाच्या तालमीत मेहनत घेत घुमू लागला. गावाला एकच तालीम. आपली तयारी शंकरला कळू नये म्हणून रमजाननं अजब शक्कल काढली. पहाटे उठून तो मशिदीतच मेहनत घेऊ लागला. कुस्ती इरेसरीला पडली.

महाशिवरात्रीच्या दिवशी, नमजग्याच्या माळावर मुंगीराशीनं माणूस कुस्तीच्या मैदानाभवती जमलं.

'याऽ अली. याऽ अली.' अशी गर्जना करीत, एका पायावर नाचत, जांग कसलेला रमजान पैलवान मैदानभर फिरला. त्याची तयारी दाबजोर होती. दुसऱ्या बाजूनं शंकरही 'बजरंग बली कीऽ जय.' असं गर्जत एका पायावर नाचत कसल्या जांगेनं मैदानात उतरला.

कळकाच्या दांड्यासमोर तुरकाटी दिसावी तसा शंकर रमजानसमोर किरकोळ दिसू लागला. सारे हळहळले. हा हा म्हणत रमजान शंकरला दाबणार हे सगळ्या मैदानाला उघड दिसत होतं.

धोतराचा सोगा वर उचलता धरून लक्कड कोटाभवती फिरणाऱ्या काकाला मात्र खात्रीनं वाटत होतं -

"पोर रमज्याला खडे चारणार!"

पाच-दहा मिनिटं झाली. दोन्ही पैलवानांची मैदानात खडाखडी चालली होती. रमजाननं शंकरला पटात घेतलं. काका पिंजऱ्यातल्या वाघासारखा मैदानाभवती नुसता गरगर फिरू लागला. अस्वस्थ, हैराण होऊन.

कौशल्यानं शंकरनं पट फोडला. 'हे रे माज्या भाद्दरा!' काका आपण शंकरचे बाप आहोत हेच विसरला होता. त्याला शंकर आपला फक्त 'पठ्ठा' वाटत होता. फक्त शिष्य!

शंकर मैदानात एवढा वेळ कधीच कुचमला नव्हता. दमछाकीला तो रमजानबरोबर टिकणं शक्यच नव्हतं. शंकरनं चटक्यानं काही केलं तरच जमणार होतं.

'शंकऱ्या, भडव्या, बांध की मोळी लडदूची!' नाक शिंकरून काकानं भरल्या मैदानात आपल्या पठ्ठ्याला शिवी हासडली.

शंकर सावध झाला. गळपट्टीवर हात चढवायला चालून येणारा रमजान बघून, नाकात माती शिरल्याच्या आविर्भावानं चिमट लावून त्यानं नाक शिंकरलं. तो ओला हात ढालीसारखा तसाच पुढं धरला.

त्याच्या घाणेरड्या ओल्या हाताचा स्पर्श होणार म्हणून बिचकलेला रमजान आठ्या घालीत एक कदम मागं हटला. निमिषभर त्याचं चित्त चलबिचल झालं. तेवढ्यात शंकरनं चित्तेचपळाई करून त्याच्या दोन्ही पायांना आपल्या पायांची गोफणीमिठी घातली. आणि दार ढकलावं तसं त्याला नुसतं मागं ढकललं. पायाला आटणी लागलेला धिप्पाड रमजान 'आकडीच्या' डावावर हां हां म्हणता सरळ मैदानात उताणा झाला. शंकरनं त्याला दिवसा अस्मानातले चांदतारे मोजायला लावले.

'बजरंग बली कीऽ जय! काका उस्ताद कीऽ जय!' फटाकडीसारखी उसळी घेत शंकर मैदानभर बेहोश नाचू लागला. पोलिसांचं कडं तोडून काका तर थेट मैदानात घुसला. आपल्या पठ्ठ्याला त्यानं सरळ उचलून घेतलं. गावकऱ्यांनी शंकरच्या गळ्यात नोटांची माळ घातली.

संध्याकाळी सजल्या गाडीवरून विजयी शंकरची वाजत गाजत मिरवणूक निघाली. तिच्या आघाडीला गुलालात न्हाऊन निघालेला काकाच घोषणा देत होता, 'बोला शंकर पैलवान कीऽ' उत्साही पोरं त्याला प्रतिसाद देत होती 'जय!'

प्रत्यक्ष रमजान पैलवाननं ती मिरवणूक पाहिली असती तर त्यालाही पटलं नसतं की - 'काका हा शंकरचा बाप आहे!'

शंकर पुढं काही तालमीत रमला नाही. एका बँडच्या तांड्यात दाखल होऊन तो क्लॅरोनेट फुंकू लागला. गावातील एकाद्या पोरीची लग्नाची वरात निघाली की

बसवाणी अण्णाच्या भुसारी दुकानाच्या फळीवर बसलेला काका नमस्कारासाठी आलेल्या वधूवरांना तोंडभर आशीर्वाद द्यायचा आणि बँडमधल्या शंकरकडं बघत म्हणायचा, 'भडवा नळी फुंकतोय! इस्कोट केल्यान माझा सगळा.'
आजऱ्याचा पावसाळा भारी रगदार. मोसम धरून दिवसरात्र आभाळ नुसतं गळत राहायचं. त्या पडल्या पावसात कुणाच्या ना कुणाच्या घरात, खिळलेला म्हातारा नाहीतर म्हातारी गचकायची. रात्री-अपरात्री 'काका' या सादेबरोबरच काकाच्या दारावर थाप पडायची. शर्ट, टोपी चढवूनच काका दार उघडायचा. आल्या माणसाला बघूनच त्याच्या घरी कोण खपलंय याचा काकाला सासूद लागायचा. 'चल', म्हणत काका चपला पायांत सरकवून त्याच्याबरोबर घराबाहेर पडायचा. माणसं जमवीतच मर्तिकाच्या घरासमोर दाखल व्हायचा. सगळी उस्तवार करून हिरण्यकेशीत अंघोळ करून, खांद्यावर टॉवेल टाकून परतणाऱ्या काकाला पेठवाले भुवया चढवून खुणेनंच विचारायचे, "कोण?"
गीता सांगणाऱ्या श्रीकृष्णाच्या निर्विकार चेहऱ्यानं पेठकऱ्यांना काका उत्तर द्यायचा - "लुम्या चांभाराची म्हातारी, अर्जुन सुताराचो आजा."
अठरापगड जातीची मर्तिकं, लग्नं, बारशी केलेला काका गावचं चालतं बोलतं दैवत होता. पावसाळी भूछत्र उमटतं तसा टोकेकर नावाचा एक आंधळा गावात यायचा. कुठून यायचा, केव्हा यायचा काही कळायचं नाही. 'द्या बाबा एक पैऽसा' असा भसाड्या आवाजात दिवसभर गर्जत तो गावभर फिरायचा. संध्याकाळ झालीय हे त्याला कसं कळायचं कोण जाणे. त्याची पावलं रवळनाथाच्या देवळाकडं आपोआप वळायची.
देवळासमोरची दीपमाळ, समाध्या, कठडे यांवर काठी आपटीत चाचपडणारा टोकेकर बघून 'खर्रर्र खट्ट' करीत काकाचं शिलाईचं यंत्र स्टॉप घ्यायचं. खांद्यावर मोजपट्टी तशीच लोंबती ठेवून काका आपल्या दुकानाच्या दर्शनी सोप्यातून धावत यायचा. आंधळ्या टोकेकराची काठी आपल्या हातात घेऊन त्याला देवळाच्या पायऱ्या चढायला हातजोड देताना विचारायचा,
"काय महाराज, किती मिळकत झाली आज?"
टोकेकर चाचपडत पायऱ्या चढता चढता म्हणायचा, "कोण काका काय? कसली मिळकत आल्येय."
आंधळ्याला देवळाच्या ओवरीत बसवून जाताना काकाच्या नेहरू शर्टातून नाणं बाहेर पडायचं, टपकन टोकेकरच्या डालड्याच्या डब्यात उतरायचं.
एकदा खोडील पोरांनी आंधळ्याचा डबा लाटला. पैशासकट. संध्याकाळी नेहमीसारखा काकानं त्याला देवळाच्या पायरीवर प्रश्न केला, "काय महाराज, किती झाली मिळकत आज?"

आंधळा पायरीवरच थांबला. "काका, माझा डबा पोरांनी लुबाडला तुझ्या गावच्या. पैशेबी." त्यानं हक्काच्या जागेला मन मोकळं केलं. खांद्यावरची, कपडे मापायची टेप तशीच ठेवून काका धोतराचा सोगा सावरीत तसाच निघाला. तासभरातच त्यानं ती पराक्रमी पोरं अचूक शोधून काढली, डब्याच्या मुद्देमालासकट. त्या पोरांची बखोटी धरून काकानं त्यांच्या आईबापांसमोर त्यांना उभं केलं. एकही शब्द त्यांना बोलू न देता अगोदर डब्यात, खिशातली असेल ती चिल्लर टाकायची ऑर्डर काकानं त्या पोरांच्या बापांना केली!

केल्या खोडसाळीची शिक्षा म्हणून पोरांना त्यांच्या आईबापांदेखत काकानंच सुनावलं, "अरे माकडांनो, उद्यापासून एकेकानं त्या आंधळ्या महाराजाची काठी धरून तासभर त्याला गावच्या पेठेतून फिरवून आणावं! चुकारी झाली तर गाठ काका गवंडळकरशी हाय!"

आंधळ्याचा हरवलेला डबा चिल्लरनं, दुपटीनं भरून काका त्याच्याजवळ आला. डबा त्याच्यासमोर ठेवून म्हणाला, "महाराज, ती पोरं काही आमच्या गावची नव्हती हा! बाजाराला आलेली खेडची पोरं होती ती. पोलिसांनी धरलं त्यास्नी." आंधळ्याच्या खाचभरल्या डोळ्यांच्या कडा पाणावल्या. त्याला खंत वाटली असावी आपणाला समोरचा माणूस बघायला डोळे नाहीत याची.

एकदा गावात रानवाऱ्यासारखी बातमी आली, 'कटुबनाच्या शेडूच्या घळीत थळू महाराची बहीण अडकल्येय. खण तिच्यावर कोसळल्येय!'

सारा गाव कटुबनाकडं सैराट धावू लागला. आघाडीला काका होताच. एका जिवाला वाचविण्यासाठी शेकडो हात मातीचा ढिगारा उपसू लागले.

राखेच्या ढिगाऱ्यातून उकरलेलं रताळं काढावं तसं घुमसटून प्राणगत झालेल्या शारू महारणीला काकानं खणीतून बाहेर काढली. ती मेल्येय हे बघून काका तिच्याकडं बघत म्हणाला, "काय लेकरांनू, पोटासाठी कुठं कुठं घुसताय रे मरणाच्या खाईत!"

शाडूमाखल्या शारू महारणीचं प्रेत हाती घेऊन खणीच्या तोंडावर उभा असलेला काका मला केवढातरी मोठा वाटला. आभाळाएवढा! उभी माणुसकी हातात तोलून उभा असलेला!

फार वर्षांपूर्वी गावात लक्ष्मणबुवा मोरजकर या सत्पुरुषानं हिरण्यकेशीच्या काठी समाधी घेतली होती. त्यांच्या पुण्यतिथीला दरवर्षी विठ्ठलमंदिरात सप्ताह उभा राहतो. त्या सप्ताहाची समाप्ती दिंडीनं होते. त्या दिंडीत कपाळपट्टीवर बुक्क्याची बोटं फिरलेला काका, गळ्यात टाळांचे बंद टाकून, मिटल्या डोळ्यांनी मागंपुढं पाय टाकीत 'जय जय विठोबा रखुमाई' गर्जायचा. विसरल्या देहभावानं नाचायचा. ते बघताना शेकडो मैल दूर असलेली पंढरी गावातच चालून आल्येय

असं मला वाटायचं.

शिवजयंतीला गावच्या बाजारचौकात उभ्या राहणाऱ्या ऐतिहासिक नाटकात काकाचा पडद्यामागील एकच रोल असायचा. कुणीही न सांगता त्यानं आपण होऊन स्वीकारलेला. नाटकातील खेळ्यांना कपडे गोळा करून देणं आणि ऐन प्रयोगाच्या दिवशी विंगेच्या आड उभा राहून प्रत्येक अंकाचा पडदा दोरीला झटका देत अचूक टाकणं.

नाटक उभं राहण्यापूर्वी शिवाजी महाराजांची एक प्रतिमा आणून स्टेजमागं एका खुर्चीवर तिची स्थापना करून काका तिची पूजा करायचा.

गुलालाची बोटं नाटकात काम करणाऱ्या प्रत्येक खेळ्याच्या कपाळावर ओढताना काका त्याला हळूच म्हणायचा, 'पटावर जाताना महाराजास्नी पाया पडून जा!'

शिवाजीचा रोल करणाऱ्या गणपत गवळ्याला मात्र काका प्रथम त्याच्या पाया पडून मग गुलाल लावायचा!

खेड्यापाड्यातील धनगरवाड्यावरचे धनगर शुक्रवारी आजऱ्याच्या बाजाराला यायचे. तोरणं, करवंदं, मध, औषधी मुळ्या विकून परतीची वाट धरताना काकाच्या घरासमोर तांड्यांनी कट्ट्यावर टेकायचे. कागदाच्या पुरचुंडीतील भजी खाल्लेल्या धनगरांच्या ओंजळीत पाण्याची धार सोडताना काका एकेकाला विचारायचा, "काय रे नवल्या, औंदा कोन-कोन ग्येलं म्हैसुराकडं?"

नवल्या मिशीवरचं पाणी निपटून टाकून पोटासाठी धनगरवाडे सोडून म्हैसूरकडं परागंदा झालेल्या धनगरांची नावं सांगायचा.

धनगरवाडे ओस पडत चाललेत याची ना मामलेदाराला, ना निवडून आलेल्या आमदाराला कधी खंत वाटायची पण तसा कसलाच संबंध धनगरांशी नसलेल्या काकाच्या चर्येवर मात्र ती खंत काजळीसारखी दाटून यायची.

हेडे लोक धनगरांची जनावरं पडीच्या भावानं मागतात. सगळे हेडे मिळून जुपी करून धनगरांची कोंडी करतात. हे कानी आलेला काका एकदा जनावरांच्या बाजारात आला.

चार इरसाल हेडे नाना तऱ्हेच्या थापा लावून बिरू धनगराचा ऐन भरीचा खोंड पडेल भावात गटवायला बघत होते.

त्यातला म्हमद्या तांबट नावाचा हेड्या काखेला बांधलेल्या भाकरीच्या शिदोरीसारख्या गठळ्याकडं हात नेऊन बिरूची समजूत पाडीत होता.

'रोटी कसम बिऱ्यादा, ह्येच्या परास उजवा खोंड अडीचश्याला घेतला कलच्या नेसरीच्या बाजारात! झूट कशाला बोलावं गा. तुजा खोंड सव्वादोनशाला म्हागाचाच हाय आमास्नी. रोटी कसम.' म्हमद्या काखेतल्या गठळ्यावर हात

ठेवत होता.

भाकरीला देवच मानणारा बिरू धनगर बावचळला होता. चारशे एक रुपयाला डोळे झाकून कुणीही घेईल असा आपला ऐटदार खोंड हेड्यांच्या ताब्यात देण्याच्या बेतात तो आला होता. अवघ्या सव्वादोनशे रुपयांना.

हेड्यांचा चाललेला कालवा वडाच्या झाडाखाली उभा राहून, काटकीनं दात टोकरीत काका बघतच होता. बिरू खोंडाचा कासरा सोडायला लागला तसा काकानं ऐतिहासिक नाटकातील शिवाजीसारखा पटावर प्रवेश केला.

"काय बिऱ्या, काय खोंडबिंड विकत घेतलास का काय?" काकानं हेड्यांना छेडत विचारलं ते धनगराला.

"न्हाई जी, इकायचा हाय. दिल्यागतच हाय. सव्वादोनशाला या तांबटास."

'सव्वादोनशाला! अरे, मी कालच याच्यापेक्षा नामी खोंड घेतला दोनशाला. अडकुरच्या बाजारात! म्हमद्या, कशाला घेतोस ह्यो म्हागाईचा?' काकानं हेड्यालाच घेरायला सुरुवात केली.

"तुम इधर कैसे चाच्या?" म्हमद्यानं ही मध्येच उपटलेली आगंतुक बिलामत घाण करणार हे ओळखलं.

"मी जरा गेलो होतो मडिलग्याला. अता आलो बघ चालत. लई भूक लागलीय. पोटात कावळे बोंबटत्यात. काखेत काय आहे तुझ्या म्हमद? रोटी असेल तर दे गड्या! जरा हात मारतो." म्हणत काकानं म्हमद्याच्या काखेतील गाठोळ्याला सरळ हात घातला. म्हमद्याच्या डोळ्यांसमोर काजवे चमकले.

"तुमना कैसी चलेगी जी हमारी रोटी? मजाक करतै क्या चाच्या?" म्हमद्या गाठोळं काखोटीत तसंच दाबून धरीत काकाचा हात झटकू लागला.

"चलतै जी हमना, सब कुछ चलतै!" म्हणत काकानं त्याच्या काखेतील गठुळं हिसकावून घेतलं.

"बिऱ्यादा, ह्ये लोक तुमच्या आमच्यासारखी रोटी खात नाहीत. ह्यंची पेशल असती बघ!" म्हणत काकानं गाठोडं सोडून बिऱ्यासमोर धरलं. एकमेकीवर उलट्या घालून बांधलेल्या त्या चक्क कापशी चपला होत्या!! बाहेरून हुबेहूब भाकऱ्या बांधल्यागत दिसत होत्या.

त्या बघून डोळे चढवीत बिऱ्यानं तांबटाला एक झणझणीत धनगरी शिवी हासडली.

"खातै क्या रोटी?" म्हणत काकानं चपला म्हमद्याच्या थोबाडाजवळ नेल्या.

"आरं, किती नाडवशील गरिबांस्नी?" म्हणत खेडेकराच्या काटेरी कुंपणापलीकडं त्या चपला सरळ फेकून दिल्या.

"साडेचारशे बिगार खोंड कुणाला द्यायचा नाही बिऱ्या. याद ठेव." असा दम

भरून काका आपल्या दुकानाच्या रोखानं चालू लागला.

अलीअलीकडे काका कुणाबरोबर अधिक काही बोलत नव्हता. सार्वजनिक कामावरचंसुद्धा त्याचं लक्ष उडालं होतं. गावापासून एक मैलाच्या अंतरावर असलेल्या, हिरण्यकेशीच्या पाण्याचा धबधबा अखंड कोसळणाऱ्या, 'रामतीर्थ' या निसर्गरम्य, शांत स्थानावर जाऊन तो तासन् तास पाण्याच्या कोसळत्या धारेकडं बघत घालवू लागला. काका जीवनाची नाळ तोडत चालला होता. सगळ्या नात्यांची, रागलोभाची, गावावरच्या प्रेमाची, गावकऱ्यांची....

एके दिवशी तो बाहेर पडताना शंकरला म्हणाला,

''उद्या या वेळेला मी मरणार.'' शंकरला काही ते खरं वाटलं नाही.

त्या दिवशी रात्री काका घरी परतलाच नाही. रात्रभर धबधब्याच्या गूढ घरघरीत तो रामतीर्थाच्या मंदिरात पडून राहिला.

दुसऱ्या दिवशी कुणीतरी रामाच्या देवळासमोर काकाचा निष्प्राण देह एका काळ्याशार कातळावर पडलेला पाहिला.

गावकऱ्यांनी वाजत-गाजत काकाची अंत्ययात्रा काढली. दहनविधी झाला आणि लवकरच गाव काकाला भुलून गेला.

गेल्या शिवजयंतीच्या वेळी मी गावाकडं गेलो. शिवाजीमहाराजांच्या पुतळ्याच्या प्रतिष्ठापनेची योजना आखण्याची बैठक होती. मला आमंत्रण असल्यानं मीही गेलो होतो.

नव्या पिढीचे उत्साही कार्यकर्ते, 'महाराजांचा पुतळा कसा बसवायचा, कंपाउंड, बाग यांची कशी मांडणी असावी, पुतळ्याची निगा राखण्याची दक्षता घेणारी योजना काय असावी.' अशा निरनिराळ्या विषयांवर चर्चा करीत होती.

मी गप्प बसून सारं ऐकत होतो. बैठक संपायला आली. चहा आला. मला सर्व कार्यकर्त्यांना सांगावंसं वाटत होतं, 'महाराजांचा पुतळा तर बसवाच, पण त्याच्या चौथऱ्याच्या पायाजवळ कुठंतरी एक घडीव चिराही अवश्य बसवून टाका. त्यावर खोदा - 'इथं एक मावळा राहत होता. 'काका गवंडळकर' नाव होतं त्याचं!'

चहा घेऊन मी कप खाली ठेवला. कुठल्यातरी अज्ञात हातांनी तो कप उचलला जातोय असा मला भास झाला. कानांवर उगाच शब्द पडल्यासारखं वाटलं...

'काय संपादक, बरं हाय न्हवं कोल्हापूरकडं?'

१३.

खडकावरची म्हातारी

माझ्या गावापासून दीड-एक मैलावर 'रामतीर्थ' नावाचे एक नयनहर स्थान आहे. हिरण्यकेशीच्या पात्रप्रवाहाचा, दहा-वीस हात खोलावा असलेला, घरघरता धबधबा तिथे अखंड कोसळत असतो. कुठल्या अनादी युगातले आहेत कुणास ठाऊक, पण काळीशार झिलई असलेले, हत्तींच्या मापाचे प्रचंड कातळ तिथे मुक्त पहुडलेले आहे. धबधब्याला धरून चहूबाजूंनी आभाळवेड्या उंच झाडांची गर्द हिरवाई पसरलेली आहे.

रामतीर्थावर जाऊन गर्जत कोसळणाऱ्या, फेसाळत्या धबधब्यात उड्या घालणं हा माझ्या अत्यंत लाडका छंद! तिथल्या विस्तीर्ण कुंडात पोहणीला पडून वरचं निळंभोर आभाळ बघताना वाटतं की, 'पृथ्वीचा जन्म नुकताच झालेला आहे. आपण तिच्यावरचा पहिला मानव आहोत. भोवतीच्या प्रचंड, काळ्या कातळातून आपण बाहेर आलो आहोत. मनसोक्त डुंबणीला पडलो आहोत. थोड्या वेळाने आपण पाण्याबाहेर पडणार आहोत. ताज्या उन्हात खरपूस पाठ तापवून घेणार आहोत नि पुन्हा काळ्या कातळात निघून जाणार आहोत!...

या रामतीर्थाच्या वाटेवरून जाताना उजव्या हाताला, एक घोड्याच्या नालेच्या आकाराचं मोठं ऐटबाज वळण लागतं. त्या वळणावरच्या टेकडीवजा उंचवट्यावर एक साधं घरकुट दिसतं. निम्मं कौलारू, अर्धं गवताळू. त्या घरकुटासमोर दोन-चार रवंथ करत पसरलेली कुणबाऊ बैलं माना वाकड्या करीत, क्षणात ओट्यावर, क्षणात पिंपरीच्या बुंध्यावर, क्षणात बैलगाडीच्या जुवावर अशी उड्या मारणारी बकरीची करडं, मानेचं शिंग ताणून बांग देणारे कोंबडे, राखेच्या उबारीला मुटकळ्यात जीवनाचा अर्थ हुंगत बसलेलं काळंबाळं कुत्रं असा नजारा दिसतो. त्या घराला सगळे गाववाले 'खडकावरच्या नायकाची

झोपडी' म्हणतात.

त्या नायकाच्या झोपडीत एक म्हातारी होती. आता ती गेलीय. पण रामतीर्थाच्या आठवणीबरोबर तिच्या कुणबाऊ, निचळ स्मृतींचा धबधबा माझ्या मनात कोसळत राहतो.

समोर तिला आम्ही 'मामी' म्हणत असू. पण तिच्याबद्दल कुणाला काही सांगायचं झालं की तिचा उल्लेख आम्हाला नकळतच आमच्या तोंडून 'खडकावरची म्हातारी' असा व्हायचा! आजही मला तिचं नाव माहीत नाही. मी बघत आलो तशी ही म्हातारी जशीच्या तशी होती. जोंधळ्याच्या शेताच्या बांधावर चांगली दोन-तीन वर्षे टिकून राहिलेल्या तुरकाटीसारखी! शिडशिडीत, गोंदल्या हातांची, कपाळी आडव्या कुंकवाची बोटे घेतलेली, सुताडी लुगडं नेसणारी, डोकीवरच्या चुंबळेवर सदा एक पाटी असलेली. पान खाणारी (पण जिला पिंक, पिचकारी टाकताना मी कधीच पाहिले नाही) अशी.

रामतीर्थाच्या धबधब्यात यथेच्छ डुंबून आम्ही चढलेली उन्हं माथ्यावर घेत घरी परतू लागायचो. आमच्या दाढेखाली हिरवेकंच रानआवळे फुटत असायचे. 'खडकावरच्या म्हातारी' ची झोपडी आली की तहान, आतडी आणि घशात उसळ्या घेऊ लागायची.

झोपडीच्या कवाडात राहून मी म्हातारीला सादवायचा, "मामेऽऽ!"

"क्कोन हाय? आलू ल्येका!" आतल्या अंधारातून शब्दांचा सुगंध बाहेर यायचा.

"मी शिवबा, पाणी दे जरा." माझा जीव पाण्यात डुंबला असला तरी तहानेनं कासावीस झालेला असायचा.

"दमाखा." म्हातारी स्वच्छ पितळी तांब्या शिगोशिग भरून घेऊन यायची. तांब्या हातात घेऊन तो तोंडाला न लावता मी नरड्याच्या घाटीत पाणी सोडण्याची घाई करायचा. आणि नेमकं सपकारा मारल्यासारखं पाणी थोबाडावर शिवरून पडायचं. त्या थंडगार स्पर्शानं बरं वाटायचं. पण पोटातील तहान उफाळून यायची.

"आन," म्हणत म्हातारी तांब्या पुन्हा आपल्या हातात घ्यायची. धारेनं पाणी सोडू लागायची. मी हातांची पन्हाळीसारखी ओंजळ करून पाणी पिऊ लागायचा. पहिल्याच घोटाबरोबर, आवळे खाल्ल्यामुळे पाण्याची मधुर चव तोंडात फिरत असताना त्याहून मधुर असे म्हातारीचे बोल कानांवर पडायचे, "कुटं हुदाडतिसात माज्या वासरांनू? तू आंबराईतला न्हवं? दादांचा ल्योक? बा ग्येला नि काय हाल रं तुमचं! हां. दमानं प्ये."

दादांची - माझ्या वडिलांची आठवण तिच्या तांब्यातील धारेसारखी अज्ञाताच्या

कलशातून झिरपू लागायची. पाणी पिऊन तृप्त झालेला मी म्हातारीकडं पारखून बघायचा. ऐतिहासिक नाटकं बघितल्यामुळं असो, गडकिल्ले पाहिल्यामुळं असो मला उगाचच वाटायचं, 'शिवाजीराजांची जिजाऊ अशीच असेल काय? छे. जिजाऊ गोरी असली पाहिजे! मग? जिजाऊच्या दासींपैकी कुणातरीशी हिची जोड होईल.'

"मामी शंकर कुठाय?" मी म्हातारीच्या मुलाची चौकशी करायचा. शंकर हा म्हातारीचा शेवटचा मुलगा. शेंडेफळात आईबापाचा जीव किती मजेदार पद्धतीनं अडकलेला असतो याचं शंकर हे नमुनेदार उदाहरण होतं. शंकर हा म्हातारीचा 'शाळकरी' असा एकटाच मुलगा. बाकीचे सगळे नांगरगट्टे.

शंकरच्या चौकशीबरोबर म्हातारीच्या शेवाळी डोळ्यांत कसली तरी विलक्षण शिकल उतरायची. शंकर आपल्या डोळ्यांसमोर असल्यासारखी म्हातारी म्हणायची "त्येची शिकवन हाय. तकडं ग्येलाय त्यो. ईल आत्ता. वाटंतबी नदरं पडल तुज्या."

म्हातारीच्या झोपडीसमोरच्या डेरेबाज पिंपरीच्या सावलीत उभं राहताना मला वाटायचं. 'ही नायकाची म्हातारी या गारेगार सावलीसारखीच आहे. लोटक्यात लावलेल्या घट्ट गोड्या दह्यात तिनं आपली जबान बुडवून काढली असावी!'

म्हातारीचा नवरा बाळा नाईक, बावनकशी कुणबी. हातछाटीचं मुंडं, पटका आणि तुकारामबुवांचा चित्रात असतो तसा धोतराचा घेर हा बाळामामाचा पेहेराव. बाळामामा आमच्याशी कधीच बोलायचा नाही. शतकं न शतकं जणू तो शिवारातल्या मातीशी बोलत आला होता. आणि आता कुठं खऱ्या मनच्या बोलण्याला तोंड फुटलंय अशा अंदाजाने 'बाळमामा' कशात तरी हरवलेला असायचा. काही इंग्लिश नट्यांच्या डोक्यावरच्या झुलपांना असते तशी तांबूस, सोनेरी केसांची लव बाळामामाच्या हातापायांवर होती. शाळूच्या लुसलुसशीत दिवसांत, कोवळ्या उन्हाच्या तिरिपेत ती लव चमकताना बघून मला एक मजेदार विचार सुचायचा, 'बाळामामा खरा कुणबी आहे. आपल्या शेतातील लाल मातीशी त्याची एवढी दाट गट्टी जमली आहे की, त्या लाल मातीनं ही तांबूस रंगाची घोंगडी त्याला बहाल केलेली असावी!'

म्हातारीला 'खडकावरची म्हातारी' म्हणत असले तरी सारे बाळा नायकाला मात्र 'बाळामामा' म्हणायचे. कधी गावात आला आणि बाजारहाटाची पिशवी आपल्या घराकडं पाठवायची असली की रामतीर्थाकडं जाणाऱ्या माणसाला थोपवून खुद्द बाळामामाच म्हणायचा, 'खडकावरल्या म्हातारीचं घर ठावं हाय नव्हं? एवडी थैली देतासा का म्हातारीच्या हातात!'

म्हतारीच्या घरासमोर थोड्या पल्ल्यावर एक पाणंद आहे. त्या पाणंदीच्या

मावळतीला लागून एक देवळाची छोटेखानी घुमटी आहे. 'तुकाई' हे त्या देवीचं नाव. म्हातारीच्या शिवाराला लागून एका बगलेवर तुकाई किती वर्षं उभी आहे कुणास ठाऊक. म्हातारीचा जाम विश्वास होता. 'तुकाई शिवारातल्या जित्रापावर नदर देती!'

दर दसऱ्याला तुकाईसमोर बकरं पडायचं. डोकीवर चिवाट्यांच्या बेळांची, शेणसारवण केलेली पाटी घेऊन 'खडकावरची म्हातारी' खंडेनवमीचं आमंत्रण द्यायला माझ्या घरी यायची. माझ्या आईशी ती नेहमी खास मनाच्या कप्प्यातलं बोलायची. अंगणात उभी राहून ती आईला हाक घालायची, 'व्वैनीऽ जरा भाहेर येवा.'

आई बाहेर गेली की त्या दोघींच्या अंगणातच गप्पा जमून जायच्या. म्हातारी 'खंडेनवमीच्या निवेदाचं आवतन' द्यायला आलो आहोत हे विसरायची. आपल्या शंकरचं 'शिक्षान' कसं करावं याचा सल्ला विचारताना म्हातारी आपली शेतीवाडी, घरशेकरणी सारं सारं विसरलेली असायची. आई तिला घरात नेऊन चहा द्यायची.

'येतो वयनी.' म्हणत म्हातारी माझ्या घरासमोरच्या कंपाउंडाच्या फाटकापर्यंत जायची आणि पुन्हा परतायची. ''बघितलासा वयनी, तरकंतच ऱ्हात नाई, लेकरांस्नी तुकाईच्या निवदाला खडकावं लावून देवा सांच्याला.''

तुकाईचं देऊळ दीड-एक मैलावर असल्यामुळं माझी भावंडं जायला कुरकुरायची. मी एखादा जोडीदार घेऊन, चिंचेच्या हिरवा पिसारा फुलविलेल्या डेरेदार झाडांच्या राईतून 'तुकाई' च्या घुमटीजवळ यायचा.

वडाच्या पानांच्या पत्रावळीवरचा 'निवेद' घोंगडीवर बसून खाताना कसली तरी आगळीच 'चव' तोंडात रेंगाळू लागायची.

म्हातारीची देवस्कीची कल्पना खरोखरच अनाकलनीय होती. दर अविधवा नवमीला ती बाजारात येऊन दोन नवी करकरीत लुगडी खरेदी करायची. श्रीपाद भटजीला गाठून खडकावर यायला निरोप द्यायची. पूजेचा सगळा साज पाटीत भरायची. श्रीपाद भटजीला बरोबर घेऊन हिरण्यकेशी नदीवर यायची.

भटजी एकसारखे मंत्र पुटपुटू लागायचा. म्हातारीनं पाळलेला 'महादू' नावाचा गुराखी बच्चा लंगोट कसून तयार व्हायचा. भटजी सांगेल तशी म्हातारी हिरण्यकेशीवर हळदी-कुंकू फुलं सोडायची. जोड दिलेल्या दोन्ही लुगड्यांची घडी हातात घेऊन भटजी म्हणायचा,

'हां. याला हात लावा म्हातारबाई.' म्हातारीनं लुगड्याच्या घडीला हात लावला की भटजी त्या घडीचा एक शेव महादूच्या हातात द्यायचा. महादू पाण्यातून एक हात चालवीत पोहत पलीकडं जायचा. दुसऱ्या हातानं त्यानं लुगड्याचा

शेव पाण्याला भिडणार नाही असा उंच धरलेला असायचा.
पलीकडं गेलेल्या महादूला भटजी खूण करायचा. वरचा निळाभोर आकाशपुरुष आणि खाली खळाळ उड्या घेत धावणारी जीवनवेडी हिरण्यकेशी नदी यांच्यामध्ये भटजी आणि महादू लुगड्याचा अंतरपाट धरायचे. तो दोन-तीन वेळा लयीत वर-खाली करायचे. भटजी आकाशाकडं बघत काहीतरी गडबडीत पुटपुटायचा. आणि महादू आणि भटजी झेपावत्या हिरण्यकेशीला क्षणभर का होईना गावाच्या वेशीत थोपवून तिला 'लुगडं' नेसवायचे!
अधाशासारखी हिरण्यकेशी लुगड्याचा आहेर कवटाळून घेत धावू लागायची. तिच्या पात्रातून दूरवर वाहत जाणाऱ्या लुगड्याच्या पिळ्याकडं बघताना 'खडकावरची म्हातारी' पाझरू लागायची. तिचं साधंसुधं कुणबाऊ काळीज डोळ्यांच्या पायवाटांनी सुरकुतल्या गालांवर उतरू लागायचं.
श्रीपाद भटजीनं दिलेला नारळाच्या खोबऱ्याचा प्रसाद खात म्हातारीकडं बघताना मला प्रश्न पडायचा, 'म्हातारी का पाझरली असावी?' तेव्हा त्या प्रश्नाचं उत्तर मला कधीच मिळालं नव्हतं. आज ते सापडलंय.
खण-नारळ आणि लुगड्याचा 'अहेव' आहेर घेऊन धावणाऱ्या नदीला बघताना म्हातारीच्या मनात विचार येत असले पाहिजेत, 'माजं धनी होईत तवरच माज्या ध्याईचा तरवा तुज्या काटाला पेटू दे! तुज्यावानी भरल्या मळवटानं नवऱ्याकडं बघत, तुज्या बगलंला पडू दे!!'
हिवाळ्याच्या दिवसांत व्हॉलीबॉल खेळून आम्ही संध्याकाळचे देवदर्शन करून परतू लागलो की दुधाचा रतीब घालायला आलेली म्हातारी मला वाटेवर दिसायची. मला बघून ती आपोआप रस्त्याच्या कडेला थांबायची.
सोबतीच्या खेळाडूंना सोडून मी हळूच रस्त्याच्या कडेला म्हातारीकडं जायचा. मी तिची विचारपूस करतो आहे तेवढ्यात तिच्या डोकीवरची पाटी खाली यायची. मांड्यांवर पाटी तोलून धरून म्हातारी चवळीच्या कोवळ्या शेंगा बचकभर माझ्या ओंजळीत ठेवताना म्हणायची, "आता मोटी झालासा तुमी बाबांनू! कदी खडकाकडं पाय वाकडं व्हत नाईत तुमचं. घे."
तिनं दिलेल्या चवळीच्या शेंगा भर रस्त्यावरून खात जाताना मला कशाचंच भान उरायचं नाही. वाटायचं, या म्हातारीचं आणि आपलं कसलं तरी गुंतवा झालेलं नातं आहे. कसलं ते काही कळायचं नाही.
शंकर या 'शेंडेफळात' म्हातारीचा जीव टांगणीला लागलेला असायचा. आपल्या शंकरनं चांगली कापडं घालावी. बुकं वाचावी, 'लई मोट्ट व्हावं' असं म्हातारीला वाटायचं. त्यासाठी ती उरात गावरान माया भरून जिवाचा आटापिटा करायची. बाळमामाला सासूद लागणार नाही अशी डोकीवरच्या पाटीत चार-एक पायली

भात भरून घेऊन ती माझ्या आईकडं येऊन म्हणायची, 'वयनी, वाईच नड हाय. संकरला पैकं होवं. एवढं भात घ्येवा नि ईस रुपये द्येवा.' तिचं ते, काळाला आपल्या गोंदल्या हातांनी पकडू बघणारे बोल ऐकले की मी कुठंतरी खोलवर गलबलून उठायचो.

"मामी पैसे घेऊन जा. भात कशाला त्याबद्दल? शंकर काही परका नाही. माझी जशी चार आहेत तसाच तो पाचवा." आई म्हातारीला स्त्रीपणाचा आधार देऊ बघायची.

"तसं कसं? तुमचाबी सौंसार हाय. घरात कर्तं मानूस न्हाई. ह्ये भात घानवट न्हाऊ द्या होतर तुमच्याकडं!" खूप पावसाळे वाहून जाताना बघितलेली म्हातारी, वनवासातल्या कुंतीसारखी शहाणपणाचं बोलायची.

शंकर शिकतोय हे त्याच्या भावजयींना मानवायचं नाही. त्या शंकरला आडपडद्यानं घालून-पडून बोलायच्या. त्यांच्या बोलण्याचे वळ म्हातारीच्या सुरकुतलेल्या काळजावर उमटायचे.

"भवान्या माज्या लेकराला सुखाला लावायच्या न्हाईत वयनी. एकदा या पोराचं हात पिवळं क्येलं म्हंजी या हाडाचं खत शिवारात टाकाया मोकळं जालं बगा." म्हातारी आपल्या मनाच्या कणसाचे कितीतरी पापुद्रे आपल्या कुणबी जबानीनं माझ्या आईसमोर उलगडायची. आतले लखलखीत, मोतीवाणाचे दाणे बघताना माझ्या मनात सारखी म्हातारी फेर धरू लागायची.

दर शिवरात्रीला रामतीर्थावर प्रचंड झिंबडीची यात्रा भरते. त्या दिवशी म्हातारी, ओल्या फडक्यानं झाकलेले दोन मातीचे, मोठे रांजण आपल्या खडकावरच्या घरासमोर मांडून हाती तांब्या घेऊन उभी राहायची. तान्हावलेल्या कैक जिवांना म्हातारीचे गोंदले हात धारेनं पाणी पाजू लागायचे. त्या दिवशी दहा-वीस तरी अनोळखी माणसं तिच्या छपराखाली मुक्कामाला असायची.

न चुकता हिरण्यकेशीला 'लुगडं नेसवून' म्हातारीनं तिला साकडं घातलं होतं - पण - पण हिरण्यकेशी बेइमान झाली!! एका संध्याकाळी बाळामामा शिवारातनं कसणूक करून घराकडं परतला. घोंगडीवर टेकून हिरण्यकेशीच्या पाण्याचे दोन घोट त्यानं नरड्याच्या घाटीखाली सोडले आणि बाळामामाच्या अस्सल कुणबी जिवाचा पिळा काळाच्या नदीबरोबर वाहत गेला. आपल्या अंगावरची तांबूस, सोनरंगी केसांची घोंगडी बाळामामानं, 'हे घे, बाई तुजं वजं. लई दमणूक जाली.' म्हणत लाल मातीला परत देऊन टाकली.

बाळामामा गेला आणि म्हातारीच्या पाठीची कमान झाली. म्हातारी खचली. फक्त शंकरसाठी ती आपल्या जीवनाची पाटी डोक्यावर घेऊन हरवल्यागत चालताना दिसू लागली. याच वेळी मी गाव सोडून कोल्हापूरला आलो.

बऱ्याच दिवसांनंतर माझं लग्न झालं तेव्हा कुलदैवताचं दर्शन घ्यावं म्हणून मी बायकोसह गावी गेलो. म्हातारी आता 'खडकावरचं घर' सोडून गावात राहायला आल्याचं मला कळलं.

देवदर्शन करून मी बायकोसह म्हातारीच्या अंधाऱ्या घरात गेलो. शिंदीच्या चटईवर, वाकळ पांघरून म्हातारी पडली होती. तिच्या शेजारी एक चिमणी ढणढणत होती.

मी आलोय हे कळताच म्हातारी अंथरुणात उठून बसली. आम्ही दोघांनी तिला नमस्कार केला. मी चटईवर टेकलो. म्हातारी आपल्या शंकरकडं बघत क्षीण आवाजात म्हणाली, "जोडप्यानं आल्यात. त्वांड गॉड कर बाबा त्येचं!!"

शंकरनं आमच्या हातांवर साखरेचे चमचे पालथे केले.

"ब्येस क्येलंस ल्येका. दादांचं नाव राकलंस. संकर कागदात वाचून दावतो."

म्हातारीचा कुणबाऊ कंद शब्दाशब्दांतून फुटत होता. मी सुन्न होऊन तिचा शब्द न् शब्द नुसता ऐकत होतो. म्हातारी या दुखण्यातून उठणार नाही ही जाणीव मला हैराण करीत होती.

आवळा खाल्लेल्या तोंडात पाण्याचा घोट घेताना उठलेली मधुर चव, चवळीच्या शेंगा, तुकाईचा निवेद, पाण्याची ओघळती धार, हिरण्यकेशीच्या धारेला लागलेला नव्या लुगड्याचा पिळा यातून माझं मन होलपटत, गरगरत फिरत होतं. चिमणी ढणढणतच होती.

नेपोलियनला लहानपणी उसने आवळे खिलवणारी ती मावशी मला आठवली. मी नेपोलियन नव्हतो. म्हातारी मात्र मला त्या नेपोलियनच्या मावशीपेक्षा केवढीतरी मोठी वाटली. जग जिंकून आलेला नेपोलियन दृष्टी गेलेल्या, अंथरुणाला खिळलेल्या, त्या मावशीला भेटताना गुडघे टेकून म्हणाला होता, 'मी तुझ्याकडून उसने आवळे खाणारा तो उनाड स्कूल-बॉय आहे.' मला म्हातारीला तसंच म्हणावंसं वाटत होतं, 'मामी तहान लागलेय! पाणी आण तांब्याभर!' म्हातारी मग शिगोशिग भरलेला तांब्या हातात घेऊन त्यातून पाण्याची धार माझ्या ओंजळीत सोडताना आजही म्हणेल, 'कुटं हुंदाडतिसात माज्या वासरांनू!!'

बराच वेळ म्हातारीशी घरोब्याचं बोलून आम्ही दोघं जायला म्हणून उठलो. घरच्या सुना विसरल्या होत्या, पण अंथरुणाला खिळलेली म्हातारी नव्हती विसरली. जेवणाच्या खोलीकडं बघत, म्हातारी सुनांना उद्देशून म्हणाली, "अगं सवाशीन आली. कुनीतरी कुकू लावा की गं तिच्या कपाळाला!" म्हातारीचं बोलणं ऐकताना माझं काळीज चिरल्यासारखं झालं.

म्हातारीच्या घराबाहेर पडताच मी बायकोला म्हणालो, "बघितलंस, अशी

माणसं भेटायची नाहीत इथून पुढं.''

देवकीचे सगळे विधी आटोपून, सत्यनारायणाची पूजा घालून, प्रसाद म्हातारीला देऊन मी कोल्हापूरला परतलो. थोड्याच दिवसांत माझ्या हातात एक पोस्टकार्ड पडलं -

'प्रिय शिवबा,

तुझी खडकावरची आई गेली. तुझं नाव काढलं तिनं जाताना.

तुझा शंकर.'

आजही कधीमधी मी गावी गेलो की रामतीर्थाच्या धबधब्याच्या कुंडात पोहणीला पडतो. काळीशार झिलई चढलेले कुंडाभोवतीचे प्रचंड कातळ, कोवळ्या उन्हात अंगभर चमकत असतात. ते बघताना मला वाटतं, 'मी नाही... खडकावरची म्हातारीच' या नुकत्याच जन्मलेल्या पृथ्वीच्या पाठीवरची सर्वांत पहिली स्त्री होती. आदिस्त्री! त्या कातळांच्या झिलईत ती कुठंतरी निघून गेली आहे. दूर दूर. न परतण्यासाठी!'

मी वेड्यासारखा त्या चमचमणाऱ्या झिलईकडं एकटक बघू लागतो. क्षणभरच पण मला विलक्षण भास होतो. ती झिलई बोलते आहे - ल्येका, किती योळ जाला पवतोस? पड की भाईर आता.'

१४.

पाचवा सावंत

खरं तर आम्ही चार भावंडं आहोत, चौघांचीही नावं तीन अक्षरी आहेत. विश्वास, तानाजी, मंगेश आणि अस्मादिक शिवाजी. यातील तीन नावं तर चक्क झोकदार ऐतिहासिक आहेत. एक आहे देवबाप्पाचं - मंगेश. या नावात कुठंही रामायणातील 'राम' नाही वा महाभारतातील 'श्रीकृष्ण' नाही. ही त्रुटी भरून काढण्यासाठीच की काय नकळे, एक पल्लेदार, चार अक्षरी नाव आम्हा चौघा भावंडांना येऊन भिडलं आहे. मी त्याला नेहमीच 'पाचवा सावंत' म्हणतो! ते नाव म्हणजे 'जयराम'.

जयराम आज पुण्यातील 'सहकारी जगत' या मासिकाचा संपादक आहे. कधीकाळी गावरान गोडवा स्वत:बरोबर भिरभिरत ठेवणारा जयराम, आज 'पक्का पुणेरी' झाला आहे! तरीही आम्हा चौघा भावंडांना तो आजही 'पाचवा सावंतच' वाटतो.

वावटळीवर सरकटत जाणाऱ्या पानालाही त्याची म्हणून एक दिशा असते. किमान चक्री वाऱ्याची! पण माणसाचं जीवन कुठल्या क्षणाला नि कसा मोहरा पालटेल कुणालाही नाही सांगता यायचं. जेव्हा जेव्हा मी जयरामकडं बघतो तेव्हा याची पुरेपूर प्रचिती येते.

जयराम! कोल्हापूर जिल्ह्यातील, कुठंतरी कोनाड्यात असलेल्या आजरा तालुक्यातील पुन्हा चार मैल आत दडलेल्या आणि दडपलेल्या सोहाळे गावचा देसाईपुत्र. पुन्हा एकुलता एक. पाठीला भाऊ नाही. बहिणी मात्र दोन. त्यातच जयरामचे वडील - राघोजी त्याच्या लहानपणीच गेलेले. जयरामच्या आईचं नाव 'कमळाबाई'. अतिशय काटक आणि कष्टाळू बाई. आपलं कमळाबाई हे नाव या अबोल पण मोठ्या जिद्दीच्या बाईनं पुरतं सार्थ करून दाखवलंय असं आज

जयरामला बघताना मला नेहमी वाटतं. जसं दैवाला तिनं दंडाला धरून घाटोळी रांगड्या बोलीत ठणकावलं असावं - 'थांब, कुंकूबळ नेलंस तोवर तुझं बळ मानलं पर माझ्या पोराचं नाव 'जयराम' हाय. त्याच्या वाटेला पाऊल तर काय नजर वळवू द्यायची न्हाई!'

कसलाच आधार - आसरा नसल्यानं कोवळ्या वयातच जयराम शिकण्यासाठी आजऱ्याला आपल्या चुलतभावाकडं आला. या चुलतभावाची अख्ख्या आजऱ्यात प्रसिद्ध असलेली आणि सगळ्या तालुक्याला पाव, बटर पुरविणारी एक बेकरी होती. तिचं नाव होतं 'हिंदमाता बेकरी.' कुठल्या कल्पक माणसाला हे नाव सुचलं होतं देव जाणे! जयराम आपल्या आईला सोडून या 'हिंदमातेच्या' चरणांशी आला हे खरं.

पाठीशी आधार नसताना, अजाण वयात सुरुवातीचं शिक्षण घेणं आणि तेही आपलं गाव - घर सोडून हे ज्यांना भोगावं लागतं त्यांनाच कळतं. असे कितीतरी बुकर - टी - वॉशिंग्टन जीवनाच्या खाणीत चाचपडत, धडपडत मार्ग शोधीत असतात.

जयरामला शिकायचं होतं ते कष्ट करीत. 'हिंदमाता बेकरीतील' पाव-बटरांची कणिक मळून ठेवावी, बेकरीच्या भट्टीचा ओटा शेणानं स्वच्छ सारवावा, शुक्रवारच्या बाजारच्या दिवशी 'हेऽऽ गाऽ रे गाऽ र फक्त एक आण्यात!' असं ओरडत, उन्हातान्हातून सोडा-लेमनच्या बाटल्या विकायच्या. जे पडेल ते जयरामनं केलं. या काळात तो माझ्याजवळ आला तो त्यावेळच्या 'हुतुतू' व आजच्या 'कबड्डी' या खेळामुळं. दिवसभर काही ना काही अंगमेहनतीचं काम करणारा जयराम, संध्याकाळी हटकून हुतुतूच्या मैदानावर यायचा. मैदानावरचा जयराम हसतमुख व खेळकर असायचा. आज सर्वाधिक तेच त्याला उपयोगी पडलं आहे.

कष्टाची जाणीव होती म्हणूनच की काय जयराम अभ्यासात हुशार होता. गणितात पैकीच्या पैकी मार्क्स काढणं, सुंदर, शानदार निबंध लिहिणं यामुळं तो गुर्जी आणि मुलं यांच्यात प्रिय झाला. एखादा जातिवंत ज्यू जसा कुठंही गेला तरी ठीक आपला जम बसवितो तसा जयरामनं बसविला.

मी जयरामच्या एक-दोन वर्ष पुढं होतो. तरीही जयरामला, का कुणास ठाऊक पण आम्हा सर्व भावंडांबद्दल अकृत्रिम जिव्हाळा वाटायचा. माझ्या आईला तो 'मावशी' म्हणायचा. थोरल्या भावाला 'दादा', त्याहून धाकट्याला 'मंगेशदादा'. त्यानं आपलं असं एक तत्त्वज्ञान, आपापत: शोधून काढलं होतं. पुण्यातले मंडईवाले जसे आठ वर्षांच्या पोरीपासून साठ वर्षांच्या जरठेपर्यंत सर्वांना 'ताई' म्हणतात, वडार समाजातील लोक, वडारेतर सर्व बायकांना 'आक्का'

म्हणतात, तसं जयरामनं गावातील वडीलधाऱ्या बायकांना 'काकी, वहिनी, मावशी, आत्या, ताई, अक्का' अशी दिललगाव नाती जोडून ठेवली होती. ही नाती जोडण्यात, जोडणाऱ्याचं काहीच नुकसान नसतं. ज्यांना ती जोडली जातात त्यांच्यासमोर मात्र नकळत एक कर्तव्य उभं राहतं. अशी नाती जोडणाऱ्यांचा महाभारतातील श्रीकृष्ण हा आद्यगुरू असावा!

जोपर्यंत आजऱ्यात होता तोपर्यंत जयरामला या नात्यांचा खूप जिव्हाळा मिळाला. वडीलधाऱ्यांशी असा नम्र वागणारा जयराम, समवयस्क शाळकरी मुलांशी मात्र कधी कधी कडक धोरण पत्करायचा. गरिबी आणि परिस्थिती यांचं कारण करून कुणी त्याला छेडण्याचा यत्न केला की या पठ्ठ्यानं अस्सल डूक धरलाच म्हणून समजावा. त्यासाठी पायमोज्यात, बेंबीजवळ बनियनच्या आड जयरामनं जंबिया वागविला आणि तोही शाळकरी वयात!

'सायकल' ही त्या वेळी जयरामची 'चैन' होती. आपल्या चुलतभावाची सायकल कचेरीपासून रवळनाथाच्या देवळापर्यंत धावडवीत फिरताना जयराम तीवर अशा ऐटीत बसायचा की आपण रोमचे ज्युलियस सिझर वा हर्क्युलिस आहोत! आमचा हा हार्क्युलिस मात्र सायकलीवर चक्क बनियन आणि खाकी हाफपँट अशा गब्रू वेषात असायचा!

चळवळ्या जयरामनं एकदा गावभर धमाल उडवून दिली. चार इरसाल पोरं हाताशी धरून थेट शिक्षणाधिकाऱ्यांना एका शिक्षकाविरोधी तक्रार अर्जच ठोकला! झालं. शिक्षणाशिवाय असल्या कामात जीव जास्त रमणारं शिक्षणखातं तत्परतेनं कामाला लागलं. जाधव नावाचे चौकशी अधिकारी एक-दोन दिवसांत, कारकुनांचा ताफा दिमतीला घेऊन आजरा मुक्कामी डेरेदाखल झाले. क्रांतिकारक जयरामला याची कुणकुण लागली. आपली सहकारी मंडळी जमवून त्यानं कचेरीच्या बागेत आपली बैठक घेतली. नाटकाची घ्यावी तशी सहकाऱ्यांची तालीम घेतली. सर्वांना सज्जड ताकीद दिली - 'मी खूण केल्याशिवाय कुणी बोलायचं नाही.' (आणि ठरल्याप्रमाणं जयराम कुणालाच खूण करणार नव्हता. म्हणजे एकटा आपणच सगळा डिफेन्स उभा करणार होता.)

जाधवसाहेबांनी एक एक प्रश्न विचारायला सुरुवात केली. कुणालाही विचारलेल्या प्रश्नाचं शिताफीनं जयरामच उत्तर देऊ लागला. थोड्या वेळातच ते साहेबांच्या लक्षात आलं. त्यांनी जयरामला चूप बसता करण्यासाठी एक खोचक खोडा टाकला, "देसाई, तुम्ही एक गरीब विद्यार्थी आहात म्हणता, शिक्षणासाठी गाव सोडून आलो म्हणता आणि मध्ये मध्ये बोलता, वाटत नाही तुम्ही गरीब असाल किंवा तुम्हाला शिकायचं आहे."

बिरबलाच्या टेचात म. म. जयरामपंत यांनी ताडकन उत्तर दिलं, "खरं आहे

साहेब, मी गरीबच आहे पण गरिबीचा आणि बोलण्याचा संबंध काय?''
गुगलीसारख्या या चपखल उत्तरानं जाधवसाहेब चपापले. कशीतरी त्यांनी 'चौकशी' उरकली. परिणाम एकच झाला - जयरामसह सर्व ओरोपी निर्दोष!
सातवीच्या परीक्षेचा निकाल लागला आणि जयराम आमच्यातून दूर जाण्याचा क्षण, त्याला वा आम्हाला नकळत चोरपावलांनी चालत आला. सातवीच्या परीक्षेत जयराम तालुक्याला पहिला आला. त्यानं जोडलेल्या दादा, काका, मामी, मावशी, वहिनी, अक्का यांनी त्याचं तोंडभर कौतुक केलं. 'एकाकी पोर, पडेल ते कष्ट हापसून शिकलं. सगळ्यांना मागं सारीत पैलं आलं.' याचं त्या गावरान प्रेमानं, मन भरून उतू जाणाऱ्या भाबड्या माणसांना फार अप्रूप नि कवतिक वाटलं.

ते दिवस परीक्षेनंतरच्या उन्हाळी सुट्टीचे होते. गावापासून मैलभर फासल्यावर असलेल्या 'रामतीर्थ' या हिरण्यकेशी नदीच्या धबधब्याच्या काठाला धरून दोन तीन तालुक्यांतील शिक्षकांचं एक उन्हाळी शिबिर भरलं होतं. त्या शिबिरात गारगोटीचे एक शिक्षक आबा भोसले आले होते. आबा 'शिक्षक' थोडे, कार्यकर्ते अधिक. त्यांच्या कानी हे 'जयरामाख्यान' पोचलं. वयस्क आबांनी दोन-तीन बांडे शिक्षक रामतीर्थावरून आजऱ्यात पाठविले. जयरामला घेऊन यायला. जयराम यावेळी उन्हानं तलखून जाणाऱ्या, पंचक्रोशीतून जमलेल्या बाजारकऱ्यांना गाऽ रे गार सोडा, लेमन पाजण्यात गढला होता.

त्या शिक्षकांनी गळ घालून जयरामला रामतीर्थावर नेलं. आबा भोसल्यांनी सगळी आस्थेनं चौकशी केली. शेवटी एक प्रस्ताव त्याच्यासमोर ठेवला -
'गारगोटीला येतोस काय? नाईक साहेबांची एक संस्था आहे. तिथं पुढचं शिक्षण होईल. राहण्याजेवणाची व्यवस्था होईल.'

त्या वेळी भारतातील ख्यातनाम शिक्षणतज्ज्ञ जे. पी. नाईक यांनी गारगोटीला, 'मौनी विद्यापीठ' नावाची एक ग्रामीण भागातील विद्यार्थ्यांसाठी सर्व प्रकारचे शिक्षण देणारी ध्येयवादी संस्था नुकतीच सुरू केली होती. तिचा फायदा जयरामसारख्या होतकरू, खेडूत तरुणाला होईल हा भोसल्यांचा होरा होता. जयरामनं आपल्या चुलतभावाचा सल्ला घेतला आणि त्याचा गारगोटीला जायचा निर्णय ठरला. ही वार्ताही गावभर पसरली. गारगोटीला जाण्याअगोदर जयराम माझ्या घरी आला, निरोपाचं भेटायला म्हणून. माझ्या आईनं त्याला काही खायला दिलं. चहा दिला. आईच्या पायांना हात लावताना जयरामच्या पापण्या ओलावल्या. 'येतो मावशी. दादा, येतो.' एवढेच त्याचे शब्द. पण त्या ओलेत्या पापण्यांनी आणि चिंब भिजलेल्या शब्दांनी परगावी जाणारा जयराम आमच्या अधिक जवळ आला. त्याला छातीशी घेत, माझा भाऊ मंगेश

म्हणाला, 'काही लागलं तर पत्र लिही. सुट्टीत येत जा. खुशाली कळवत जा.' मंगेश त्याला चित्रकलेचे धडे देत आला होता.
घरासमोरच्या कंपाउंडच्या फाटकापर्यंत मी जयरामला निरोप द्यायला आलो. कष्टानं चरबट, खरखरीत झालेला हात त्यानं माझ्या हातात दिला. पण ते अर्ध तप तो मळत आलेल्या बेकरीच्या कणिकेहून मऊ, मायाळ शब्द त्याच्या तोंडून सुटले, 'येतो शिवाऽ!' एका न आकळणाऱ्या भावनेनं त्याचे डोळे गर्दावून आले होते. हिवाळ्यात दिवाळीसाठी आम्ही खुडत आलेल्या पांढऱ्या रानफुलांवर दहिवराचे थरारते थेंब गर्दावून यावेत तसे! क्षणैक आम्ही एकमेकांकडं बघतच राहिलो. त्याचा हात प्रेमभरानं दाबून, मनातील भावना दाबून टाकीत मी म्हणालो, 'जाऽऽ!'
जयराम आजरा सोडून गारगोटीला निघून गेला. विजेचा प्रकाश, तासाभरानं मध्येच क्षणभर चमकून जावा तसाच मग जवळ जवळ दहा वर्षं जयरामचा सहवास घडत गेला. वर्षातून कधीतरी एकदा सुट्टीत तो आजऱ्याला यायचा. न चुकता घरी येऊन आईशी तासन् तास गप्पा मारायचा. ढासं वारं निघून जावं तसा निघून जायचा. त्याच्या प्रगतीच्या बातम्या मात्र कुणा कुणाकडून कानांवर पडत राहायच्या. जयराम मेसमध्ये काम करून शिकतोय. मौनी विद्यापीठाचे संचालक श्री. भा. म. सावे, डॉ. चित्राताई नाईक यांनी जयरामला आपल्याच निवासावर ठेवून घेतलं आहे. अमेरिकेतून भारतात गारगोटीला येऊन राहिलेल्या हेलन मूस जयरामची आस्थेनं चौकशी करताहेत. जयराम एस. एस. सी. उत्कृष्ट मार्कांनी पास झाला. जयराम रूरल सर्व्हिसेसच्या डिप्लोमाला दाखल झाला आहे. विद्यापीठाच्या निवडणुकीत जयराम निवडून आला. ते ऐकताना खूप बरं वाटायचं. कधी काळी जयरामनं आजऱ्यातील कुणाला पत्र लिहिलं तर अर्धं पत्र नावावर नमस्कार, चमत्कार यांनीच भरून गेलेलं आसायचं.
दरम्यान मीही एस.एस.सी. नंतर आजरा सोडून कोल्हापूरच्या इतिहासवैभवी नगरीत दाखल झालो. आता तर जयरामचा नि माझा संबंध जवळ जवळ तुटल्यासारखाच झाला. जेव्हा मी आजऱ्यात जायचो तेव्हा जयराम गारगोटीत. जेव्हा तो आजऱ्यात यायचो तेव्हा मी कोल्हापुरात. कधी कधी प्रेमाच्या नात्याला लपंडावाचा शाप असतो हेच खरं.
कोल्हापुरात माझं मन कॉलेजच्या शिक्षणात कधीच रमलं नाही. कारण हे शिक्षण एकीकडं नोकरी करून घ्यावं लागत होतं. नोकरी हा माझ्यासाठी 'पत्कर' होता, 'निवड' नव्हती. त्यामुळं नोकरीतही मन गुंतावं असा भाग नव्हता. नाही म्हणायला कोल्हापुरात झडणाऱ्या खेळांच्या दंगली, कुस्त्यांची मैदानं, नाटकं, संगीत गाण्यांच्या मैफली, व्याख्यानं या मला मोह टाकणाऱ्या

गोष्टी खूप होत्या. त्याशिवाय कोल्हापुरी माणसांचा एक जिवंत, रसरशीत जीवनवाद मला पकडून ठेवणारा होता. आणि ज्या राजाराम हायस्कुलात मी नोकरी करीत होतो तिथं खेड्यापाड्यातून आलेल्या कैक सळसळत्या मुलांची कारंज्यासारखी जीवनं अवती-भोवती होती. मी कोल्हापुरात रमलो होतो ते त्यामुळं.

या काळात जयराम केव्हातरी आपला डिप्लोमा यशस्वीपणे पूर्ण करून पुण्याकडं नोकरीसाठी निघून गेला होता. मला वाटतं जयरामच्या आयुष्याला सर्वांत अधिक अनपेक्षित वळणं देणारी ही घटना घडली - नोकरी पत्करण्याची. ही नोकरीही होती सहकारी क्षेत्रातली. आणि तीही इन्स्ट्रक्टरची. सहकारी चळवळीचं शिक्षण घेणाऱ्या विद्यार्थ्यांना गावोगाव शिक्षण देत फिरणं हे जयरामच्या नोकरीचं स्वरूप होतं. जसं लहानपणी लहानथोर आजरेकरांकडून घेतलेलं प्रेम त्याला आता सव्याज परत फेडायचं होतं. कारण त्याची नोकरी निगडित होती ती वेल्हे, इंदापूर, बारामती अशा पुण्याभोवतीच्या ग्रामीण भागांशी.

पायाला चक्र बांधल्यासारखा जयराम खेड्याखेड्यांतून सहकारी प्रशिक्षणाचे वर्ग भरवीत फिरत होता. या भ्रमंतीत एकदा त्याला फारच मार्मिक अनुभव आला. एका प्रशिक्षण वर्गाच्या वेळी, पुण्यातील सहकारी क्षेत्रातील नामवंत कार्यकर्ते साहेबराव सातकर उपस्थित होते. त्यांनी भरल्या वर्गासमोर, जाहीर व परखड उद्गार काढले, 'सगळे जण म्हणतात आणि सरकारही म्हणतं की सहकाराची चळवळ समाजाच्या खालच्या थरापर्यंत रुजली पाहिजे. पण मी म्हणतो ती कशी रुजावी? आता तुमच्या या वर्गाच्या इन्स्ट्रक्टरांच्याकडे बघा. ओठ पिळले तर दूध टपकेल असे गृहस्थ! हे काय करणार?'

कुणीतरी काळजाचा देठ धरून त्यावर सुरी फिरवावी तसंच हे ऐकताना जयरामला वाटलं. पण बोलता येत नव्हतं. जयरामनं मनोमन जिद्द बांधली. आणि जेव्हा सतत चार वर्षे जयरामच्या वर्गाचा निकाल शंभर टक्क्यांवर झडत गेला, पुण्याभोवतीचा मावळ भाग एका नव्या जाणिवेनं भारलेला साहेबरावांना बघायला मिळाला, तेव्हा ते जयरामचे सल्लागार मित्रच झाले!

जयरामच्या या भ्रमंतीच्या काळात मी 'मृत्युंजयची' बांधणी करीत होतो. जगाशी माझा संबंध जवळजवळ तुटल्यासारखाच झाला होता. 'मृत्युंजय' प्रकाशित झाले. मराठी रसिकांना ते आवडले. आणि एके दिवशी, त्यावेळच्या पुण्याच्या महापौर भाई कडूंचे मला पत्र आले - सत्कारासंबंधीचे. कोल्हापूरहून मी पुण्याच्या महानगरपालिकेत कार्यक्रमासाठी म्हणून आलो. महानगरपालिकेच्या प्रशस्त सभागृहात पहिल्या रांगेतच बसला होता - आमचा 'पाचवा सावंत!'

कार्यक्रम संपला आणि व्यासपीठावरून उतरताच अनेक आठवणींचा कल्लोळ मनात रोधत मी जयरामजवळ गेलो. त्या गर्दीत काही बोलणं शक्य नव्हतं. पण जवळ जाताच जयरामनं मला कडकडून मिठी मारली. निवांत वेळ मिळताच मग आमच्या गप्पा रंगल्या. आपल्या फिरस्त्या जीवनातील एक एक अनुभव तो सांगत होता. आम्ही त्याच्या घरीच थाळ्यासाठी गेलो. जेवणं झाली आणि अक्षरश: रात्रभर आम्ही कुणाकुणाच्या आठवणी काढत हसत, खिदळत गप्पा छाटल्या. मी कोल्हापूरला परतलो आणि जयरामचा व माझा पत्रव्यवहार सुरू झाला. आजही ती पत्रं, जयरामच्या संग्रहातून उचलून जेव्हा मी वाचतो तेव्हा ती वर्षं चित्रपटासारखी टक्कन डोळ्यांसमोर उभी राहतात. या पत्रांतील विषय अधिक तर सामाजिक आहेत. जसे आम्ही परस्परांशी समोरासमोर बोलतो तशा भाषेत ते आले आहेत.

केवळ माझ्यासाठी म्हणून त्यानंतर जयरामच्या पुणे-कोल्हापूर अशा कित्येक वाऱ्या झाल्या. बाकीची कामं दुसऱ्या क्रमांकावर ठेवून कोल्हापूरच्या स्टँडवर उतरताच जयराम माझं रंकाळ्याकाठी असलेलं घरकुल गाठायचा. तो आला की दीड एक तासांची निर्धास्ती व्हायचीच.

सहकारी प्रशिक्षणाचं जयरामचं तडफदार काम बघून महाराष्ट्रातील सहकारी नामवंत कार्यकर्ते खा. गुलाबराव पाटील व पश्चिम महाराष्ट्र सहकारी मंडळाचे सभासद यांनी एकमतानं त्याला 'सहकारी जगत' मासिकाच्या संपादकत्वाची सूत्रं दिली. आजऱ्याच्या हिरण्यकेशी नदीत पोहणारा हा ठिगूर मासा, पुण्याच्या नियतकालिकांच्या सागरात पोहणीला पडला. 'सहकारी जगत' या मासिकाचा यापूर्वीचा लौकिक एकच होता - 'ते छापावे, चार सहकारी संस्थांना महिनाबादप्रमाणे पाठवावे, आतील पानांचा एकमेकांशी असलेला निकटचा सहकार भंगू नये या प्रामाणिक हेतूने ते कुणीच कधी उघडू नये. एक महिन्याच्या अंकावर न चुकता दुसऱ्या महिन्याचा अंक चळतून ठेवला जावा. सहकारी ज्ञानाची गंगाजळी अशी गावोगाव नुसती साचत जावी.'

जयराम जन्मानं आणि हाडानं शेतकऱ्याचा बच्चा. जमिनीचा तुकडा हातात घ्यावा आणि तो बरड आहे म्हणून कण्हत, विव्हळत बसावं हे त्याच्या रक्तातच नव्हतं. जयरामनं निष्ठेनं, 'सहकारी जगत' नांगारायला, उपणणीला सुरुवात केली. आपला विषय 'सहकार' आहे हे अचूक हेरून, संपादक या नात्यानं त्यानं प्रथम निरनिराळ्या क्षेत्रांतील अधिकारी लेखकांशी प्रत्यक्ष सहकार सांधायला सुरुवात केली. परिणामी वि. म. दांडेकर, नरहर कुरुंदकर यांच्यापासून कविवर्य ग. दि. मा. यांच्यापर्यंतच्या लेखण्या 'सहकारी जगत' चे पान उद्धरू लागल्या.

या काळातही जयरामनं आपली बाणेदार वृत्ती तसूभरही ढळू दिली नाही. एक अतिशय बोलका प्रसंगच याच्या वानगीला पुरेसा आहे. पुण्यातील एका नामवंत ब्लॉकमेकरला फोनवर त्रयस्थाशी कसं बोलावं याचा रिवाज माहीत नाही. माहीत नाही म्हणण्यापेक्षा, मिळणाऱ्या वारेमाप पैशानं तो ध्यानात ठेवायची त्याला गरज वाटत नाही म्हणणं अधिक योग्य. एकदा आपल्या मासिकाच्या आतील सजावटीच्या ब्लॉकसंबंधी चौकशी करण्यासाठी जयरामनं त्याला फोन केला. मशारनिल्हे ब्लॉकमेकरसाहेब दुसऱ्या टोकाकडून बोलून गेले, ''अरे, तू म्हणतोस ते ठीक आहे पण इथं कामं एवढी पडलीत की तुला दोन दिवसांत ब्लॉक मिळणं शक्य नाही. दोन दिवसांनी कर फोन!''

आपल्या ऑफिसात बसलेले सद्गृहस्थ जाईपर्यंत जयरामनं कसा तरी तग धरला. ते निघून जाताच त्यानं पुन्हा ब्लॉकमेकरसाहेबांना फोन जोडला. फोनवर संवाद सुरू झाला, ''मघाशी मी फोन केला होता तो आपणच घेतला होता काय?'' इति जयराम.

''होय. काय झालं? बोल.'' ब्लॉकमेकरसाहेब.

''अरे, बोल काय? फोनवर बोलायची साधी पद्धत तुला माहीत नाही काय? मी म्हणजे तुझ्या स्टुडिओतला ब्लॉक धुणारा बॉय वाटलो की काय तुला? हे बघ फोनवर तशी सोय नाही नाहीतर कोल्हापुरी चप्पल इथून फेकूनच ठोकला असता तुला!! शहाणा आहेस. फोन ठेव खाली.'' जयरामचा हात संतापानं थरथरत होता. खरं तर त्यालाच फोन ठेवायचा होता.

निष्ठापूर्वक संपादनानं जयरामनं 'सहकारी जगतचा' समूळ कायापालट केला. खेड्यापाड्यात त्याचा वाचकवर्ग अपार परिश्रमानं तयार केला. दुग्ध व्यवसाय, पाणीपुरवठा, आदिवासी, मत्स्यव्यवसाय अशा दैनंदिन प्रश्नांना हात घालणाऱ्या विषयांवर त्यानं विशेषांक प्रकाशित केले. जयरामची विशेषांकाची तयारी म्हणजे युरोपातील राष्ट्रांनी ऑलिम्पिकची केलेली तयारी वाटावी अशीच असते. त्या त्या विषयाचा विशेषांक छापून होऊन त्याचे समारंभपूर्वक प्रकाशन झाल्याशिवाय त्याला जेवण, स्वत:चं जीवन, मित्रमंडळ काही सुचत नाही. त्याच्या या परिश्रमाची सर्वांत मोलाची पावती मिळाली ती महाराष्ट्र टाइम्स या लोकप्रिय दैनिकाकडून. जयरामनं प्रकाशित केलेल्या 'सहकारी जगत' च्या दुग्धव्यवसाय विशेषांकावर म.टा. चे साक्षेपी संपादक गोविंदराव तळवलकर यांनी झोकदार असा गौरवपर चक्क अग्रलेखच लिहिला!

जसा कवी हा जन्मावा लागतो तसं आजच्या धकाधकीच्या जीवनाकडं बघताना नि:संशय म्हणावं लागतं की हाडाचा 'स्वयंसेवक' हाही जन्मावा लागतो. जयराम जन्मानं स्वयंसेवक वृत्तीचा आहे. आणि ही वृत्ती आजच्या काळात तर

केवळ उंबराच्या फुलासारखी झाली आहे. कुणाची तरी औषधं आणून दे, जाता जाता पुण्याहून घेतलेला निरोप अचूक न विसरता अमरावतीला पोचता कर, कुण्या कष्टाळू विद्यार्थ्याला थोरामोठ्यांच्या हातापाया पडून शालेय प्रवेश मिळवून दे, कुण्या बाईबापडीची गावरान भेट तिच्या लेकीला पोचती कर, कुण्या जिव्हाळ्याच्या माणसाचा कुटुंबकबिला रिक्षात घालून स्टँडवर नेऊन व्यवस्थित गाडीत बसव. जयरामचे भावनामय असंख्य हात भोवतीच्या जीवनाला असे कवटाळू बघतात. यात त्याचं 'संपादकत्व' मुळीच आड येत नाही. त्याचे हे बिनबोभाट चाललेले उद्योग बघताना कधी कधी मला वाटतं, म. गांधी, साने गुरुजी अशा सामाजिक पिळानं पेटलेल्या थोरांच्या सहवासात जयराम आला असता तर नक्कीच त्याच्या आयुष्याचं याहून सोनं झालं असतं.

अटपसर अंगलटीचा, उण्यापुऱ्या उंचीचा, सतत धावपळीत असलेला, दुपारचं जेवण दीड वाजल्यानंतर घेणारा आजचा जयरामही मला बालपणीच्या हुतुतूच्या मैदानावरील तोच हसतमुख जयराम वाटतो. त्याच्याशी गुंतवा झालेल्या भावधाग्यांची आजही नीटशी उकल करता येत नाही. आणि खरं तर त्याची गरजही नाही.

भारत सरकारचे शिक्षण सल्लागार जे. पी. नाईक, महाराष्ट्राच्या भूतपूर्व शिक्षण संचालिका डॉ. चित्राताई नाईक, खा. गुलाबराव पाटील, भा. म. सावे ही जयरामची पारखून स्वीकारलेली दैवतं आहेत. त्यांनीही सदैव जयरामच्या पाठीवर अकृत्रिम प्रेमाचा हात फिरविला आहे.

परवा परवा त्याच्या आयुष्यात एक विलक्षण धक्कादायक घटना घडली. त्या घटनेनं तर तो 'पाचवा सावंत' आहे याची मला खात्रीच पटून गेली. दिल्लीला भरणाऱ्या एका संपादकांच्या बैठकीचं जयरामला आवतन आलं. तिकडं जाण्यापूर्वी आपल्या पत्नीला आणि दोन मुलांना साथसंगत असावी म्हणून जयराम आपल्या सासूबाईंना, कधी नव्हे ते पुण्याला घेऊन आला. दिल्लीला बैठक आटोपून तो चार-आठ दिवसांनी पुण्याला परतला. नेहमीप्रमाणं आपल्या एका मित्राला त्यानं घरी जेवायला बोलावलं. मित्राचं आणि त्याचं गप्पा मारत जेवण झालं. पान-सुपारी खात तो आणि मित्र बसले असताना आत जेवणाच्या ताटावर बसलेल्या सासूबाईंना पहिला घास घेण्यापूर्वीच हृदयबंदीचा झटका आला. क्षणात चित्र पालटलं. हा हा म्हणता सासूबाई भरल्या घरातून निघून गेल्या. भावनाशील जयराम उभ्या देही हादरला. हा केवढा बट्टा आला जिंदगीला! कधी नव्हे ते पत्नीच्या आईला बोलवावं आणि ती निघून जावी. भांबावलेला भेदरलेला जयराम पत्नीला एकटीलाच आईच्या प्रेताजवळ ठेवून डॉक्टरांकडे धावला. डॉक्टरांनी 'सर्व संपल्याचा' निर्णय दिला. गोंधळलेल्या

जयरामनं मृत्यूचा आणि दहनविधीचा परवाना देणाऱ्या कार्यालयाकडं पुन्हा धाव घेतली. पुण्यातील कॅम्प भागातील स्मशानात दहनविधीचा परवानाही त्यानं आणला. दरम्यान कुणाचा तरी मला घडल्या घटनेचा वृत्तान्त देणारा फोन आला. ऑफिस तसंच टाकून मी जयरामच्या घरी धावलो. जयरामनं सुकल्या ओठी मला परवाना दाखविला. भांबावल्या, भेदरल्या स्थितीत नकळत तो एक सर्वांत मोठी चूक करत होता. ज्या स्त्रीला सात मुलगे आहेत तिचं दहन तिच्या गावापासून दूर, पुण्यात तो करायला निघाला होता. यामुळं तर जन्मभराचा बोल त्याला चिकटणार होता.

मी जयरामला एका बाजूला घेतलं. त्याचं काही न ऐकता निर्णयाच्या वाणीतच मी त्याला बजावलं, "प्रेत इथं दहन करता येणार नाही. त्यांच्या माणसांतच ते गेलं पाहिजे. तू कधी नव्हे ते सासूबाईंना बोलावलंस, होऊ नये ते घडलंय. अशा परिस्थितीत तू परस्पर अंत्यविधी केलेस तर काय कल्पना होईल तुझ्या पाहुण्यांची?" त्यालाही ते पटलं. मला बघताच त्याला खूप व मूक धीर आला होता.

फोन करून मी शिवसेनेची रुग्णवाहिका मागवून घेतली. शिवसैनिकांनी मृतदेह वाहिकेत चढविला. जयराम, वहिनी, मुले, एक-दोन नातेवाईक, एक मित्र गाडीत चढले. मी वाहिकेच्या ड्रायव्हरला बाजूला घेऊन सांगितलं, "कुठलीही अडचण आली, कुणी गाडी रोखली तर हा पत्ता त्यांना द्या पण गाडी शक्य तेवढ्या लवकर साताऱ्याला पोचली पाहिजे."

गाडी स्टार्ट झाली. वाहिकेच्या खिडकीतून जयराम माझ्याकडं बघत होता. मी त्याला म्हणालो, "शांत रहा. वहिनींना फिट्स येतात. त्यांना सावर, कांदे गाडीत ठेवलेत. सगळं आटोपल्याशिवाय येण्याची घाई करू नको."

बसला जयराम एकदम गदगदून आला. हमसत हमसत म्हणाला, "शिवाऽ!" जसा तो गारगोटीला जाताना म्हणाला होता तसेच हे बोल होते. मी फक्त त्याचे खांदे थोपटले. गाडी हलली. तिच्याकडे, ती अदृश्य होईतो मी बघतच राहिलो. मनात एकच विचार फडफडत होता. 'खरंच, तू 'पाचवा सावंतच' आहेस आणि तसाच रहा!'

तू नसतीस तर...

आभाळातून सुटल्या पहिल्या वहिल्याच
किरणाच्या कपाळीची रेषा-
असतीच तर असेल माहित फक्त आभाळाला!
त्या 'आभाळासारखी' तू--

ओंकाराचे सप्तसूर सुद्धा केव्हातरी असतीलच
राहिले कोठून एखादा स्वरशील गर्भात!
त्या समर्थ गर्भाची अधिकारी तू--

असतात उधाणी रंग-गंधमय फुले
ज्या कळीकळीतून पाकळ्या अंगठून
त्या अतुट कळ्यांना तरल स्पर्शाने जागविणाऱ्या
शरदाच्या दहिवरल्या 'पहाटवाऱ्याची झुळूक' तू-
जे इमे 'जगणे' या साऱ्याचीच
'पायधूळ' सरकी होताना
धूलीचेच 'भूषण' मानणाऱ्या
सर्वंकार 'धरित्रीसारखी' तू--

जिच्या पायधुऱ्यांवर उमलत जातात
साहित्य, संगीत, नृत्य - नीत्य अशा
ललित कलांची जीवनदात्री राऊळे
त्या 'मधूरस्वर्णी' सरस्वतीची 'लाउड्री लेऱ्यच' तू--
वाहत्या गंगेला 'वाहूण्यातला' 'अर्थनाही आमंत्र सांगणारी,
हिमालयाला 'उंचेवगाची उंची' पचवायला कानात पुटवेणारी,
अंतानाही जोगळा उजळण्याच्या मध्यमंत्र लयदेवाला देणारी,
केवळ तूच!! तू-तू नसतीस तर?"
या प्रश्नातच आहे तू असण्याचे निर्विवाद उत्तर!
कारण माझ्यासाठीच नव्हे - सर्वांसाठी-
तू नाहीस केवळ एक व्यक्ती वा एक जीव-
तू आहेस एक अनितापासून अनागतापर्यंतचे तत्त्व
ज्याचे एकमेवच नाव आहे- असूं शकते--
आई!!

लक्ष्मीपूजन
२२/ऑक्टो. ७६
पुणे.

— शिवाजी सावंत